ഗണിതത്തിലെ അഞ്ച് അത്ഭുതങ്ങൾ

Ganithathile Anju Adbhuthangal

M R C Nair

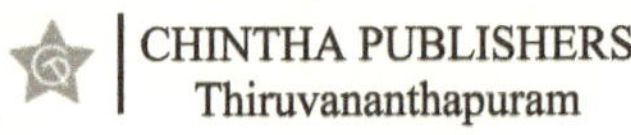 CHINTHA PUBLISHERS
Thiruvananthapuram

First Edition
February 2016

Second Impression
February 2022

Published & Typesetting
Chintha Publishers, Thiruvananthapuram

Printed at
Repro India Ltd. Mumbai

Cover Design
Prasoon

ISBN : 978-93-85045-71

CO - VV. 119 / 2330 / 5816

Email: chinthapublishers@gmail.com
Website: www.chinthapublishers.com

A version is available at National Libraries
Kolkata, Mumbai, Chennai and Delhi

Distribution
DESHABHIMANI BOOKHOUSE
H O Thiruvananthapuram 695035

Branch
Head Office Kunnukuzhi • Statue Thiruvananthapuram
KSRTC Bus Terminal Thampanoor • Saphalyam Complex Thiruvananthapuram
KSRTC Bus Station Alappuzha • KSRTC Bus Station Ernakulam
Machingal Lane Thrissur • IG Road Kozhikode
Mavoor Road Kozhikode • NGO Union Building Kannur
Central Bus Terminal Complex Thavakkara Kannur

ഗണിതത്തിലെ അഞ്ച് അത്ഭുതങ്ങൾ

എം ആർ സി നായർ

ചിന്ത പബ്ലിഷേഴ്സ്
തിരുവനന്തപുരം-695 035
വില : ₹ 100

എം ആർ സി നായർ

മുഴുവൻ പേര് എം രാമചന്ദ്രൻ നായർ. ജനനം 1947 ജനു
വരി 21 ന് മാവേലിക്കര താലൂക്കിലെ കരിമുളയ്ക്കയിൽ.
ഗണിതശാസ്ത്രത്തിൽ ബിരുദവും ഇംഗ്ലീഷ് സാഹിത്യ
ത്തിൽ ബിരുദാനന്തര ബിരുദവും നേടിയിട്ടുണ്ട്. 1970 ൽ
നൂറനാട് സി ബി എം ഹൈസ്കൂളിൽ അദ്ധ്യാപകനായി.
1998 ൽ ഗണിതകഥകൾക്ക് അദ്ധ്യാപക കലാവേദി
അവാർഡ് ലഭിച്ചു. 1999 ൽ മികച്ച അദ്ധ്യാപകനുള്ള ദേശീയ
അവാർഡ് നേടി. *കണക്കുള്ള കഥകൾ* എന്ന കൃതിക്ക്
കേരള ശാസ്ത്ര സാങ്കേതിക പരിസ്ഥിതി കൗൺസിലിന്റെ
2008 ലെ അവാർഡ് ലഭിച്ചു. ആൾ കേരള സ്കൂൾ ടീച്ചേഴ്സ്
യൂണിയന്റെ (എ കെ എസ് ടി യു) സംസ്ഥാന പ്രസിഡന്റാ
യിരുന്നു. അന്വേഷണം, രാജസൂയം, ദശാവതാരം, റിക്രൂ
ട്ടിങ് എന്നീ ഏകാങ്ക സമാഹാരങ്ങളും *ഗണിതശാസ്ത്രനി
ഘണ്ടു* അടക്കം മുപ്പതിൽപ്പരം ഗണിതശാസ്ത്രഗ്രന്ഥ
ങ്ങളും രചിച്ചിട്ടുണ്ട്.

വിലാസം : എം ആർ സി നായർ
അശ്വതി, കരിമുളയ്ക്കൽ,
ചാരുംമൂട്, 690505
ഫോൺ   : 0479 2383124
9447432262

ഉള്ളടക്കം

പൈതഗോറിയൻ ത്രികോണങ്ങൾ

ഒരു മട്ടത്രികോണത്തിന്റെ ചെറിയ രണ്ടു വശങ്ങളുടെ വർഗങ്ങ ളുടെ തുക അതിന്റെ കർണത്തിന്റെ വർഗത്തിനു തുല്യമായിരിക്കും എന്നുള്ളതാണല്ലോ പൈതഗോറസ് സിദ്ധാന്തം.

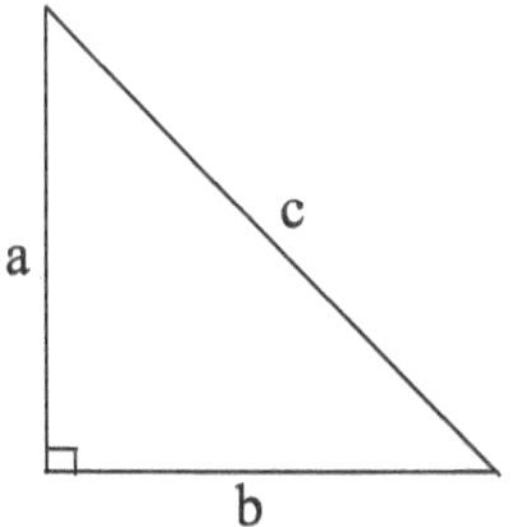

ചിത്രത്തിൽ $a^2+b^2 = c^2$

വശങ്ങൾ $m^2 - n^2$, $2\,mn$, $m^2 + n^2$

എന്നെടുത്താൽ പൈതഗോറിയൻ ത്രയങ്ങൾ (Pythagorean trip-
lets) കിട്ടും. പട്ടിക കാണുക.

		$m^2 - n^2$	$2\,mn$	$m^2 + n^2$
m=2	n=1	3	4	5
m=3	n=2	5	12	13

m=3	n=1	8	6	10
m=4	n=3	7	24	25
m=4	n=2	12	16	20
m=4	n=1	15	8	17
....	...	...	...	....

ഇതിൽ 3, 4, 5 മാത്രമാണ് തുടർച്ചയായ നിസർഗസംഖ്യകൾ വശ
ങ്ങളായി വരുന്ന പൈതഗോറിയൻ ത്രികോണം. ഈ ത്രികോണത്തിന്
മറ്റൊരു പ്രത്യേകതകൂടിയുണ്ട്. ഇതിന്റെ വശങ്ങളുടെ തുക അഥവാ
ചുറ്റളവ്, പരപ്പളവിന്റെ ഇരട്ടിയായിരിക്കും.

$$\text{ചുറ്റളവ} = 3 + 4 + 5$$

$$= 12$$

$$\text{പരപ്പളവ} = \frac{1}{2}\,bh$$

$$= \frac{1}{2} \times 3 \times 4$$

$$= 6 \text{ ച.യൂണിറ്റ്}$$

$$12 = 2 \times 6$$

3, 4, 5 ത്രികോണത്തിന്റെ പരപ്പളവ് 6 ആണെന്നു കണ്ടല്ലോ.
ഇങ്ങനെ പരപ്പളവ് ഒരക്കമോ ഒരക്കത്തിന്റെ ആവർത്തനമോ ആയി
വരുന്ന പൈതഗോറിയൻ ത്രികോണം ഒരെണ്ണം കൂടിയേ ഉള്ളൂ. വശ
ങ്ങൾ 693, 1924, 2045 വരുന്ന ത്രികോണം. ഇതിന്റെ പരപ്പളവ് 666,666
ആണെന്നു കാണാം.

ഇനി 3, 4, 5 ത്രികോണത്തിലെ പോലെ പാദവും ലംബവും തുടർച്ച
യായ നിസർഗസംഖ്യകളായി വരുന്ന പൈതഗോറിയൻ ത്രികോണ
ങ്ങൾ ഏതൊക്കെയാണെന്നു നോക്കാം. ഇവിടെ ചെറിയ രണ്ടു വശ
ങ്ങൾ അതായത് 3, 4 ഇവ തുടർച്ചയായ സംഖ്യകളായിരിക്കണം. കർണം
പ്രശ്നമല്ല. 3, 4, 5 കഴിഞ്ഞാൽ ഈ പ്രത്യേകതയുള്ള അടുത്ത
ത്രികോണം 20, 21, 29 ആണ്. ഇനിയുമുണ്ട് അനവധി. കണ്ടുപിടിക്കാൻ
ശ്രമിക്കുമല്ലോ.

മുകളിൽ ചേർത്തിരിക്കുന്ന പട്ടിക പരിശോധിച്ചാൽ പൈതഗോറി
യൻ ത്രികോണങ്ങളുടെ വശങ്ങളെ സംബന്ധിച്ച മറ്റു ചില പ്രത്യേകത
കൾ മനസിലാക്കാം. മൂന്നുവശങ്ങളിൽ ഒന്നിനെ മൂന്നുകൊണ്ടും ഒന്നിനെ
അഞ്ചുകൊണ്ടും നിശ്ശേഷം ഹരിക്കാൻ കഴിയുമെന്നു കാണാം. അതു
പോലെ ചെറിയ രണ്ടു വശങ്ങളുടെ ഗുണനഫലം എല്ലായ്പ്പോഴും 12
ന്റെ ഗുണിതം ആയിരിക്കും. മറ്റൊരു പ്രത്യേകത മൂന്നുവശങ്ങളുടെയും
കൂടി ഗുണനഫലം 60 ന്റെ ഗുണിതമായിരിക്കും എന്നുള്ളതാണ്.

ഇനി പൈതഗോറിയൻ ത്രികോണങ്ങൾ കൊണ്ട് നിർമിച്ച ഒരു
നക്ഷത്രം കാണുക. 6 ത്രികോണങ്ങളുടെയും ഒരുവശം 120 ആണ്.

ചിത്രത്തിന് *Wonders of Numbers - Clifford A Pickover* എന്ന
പുസ്തകത്തോടു കടപ്പാട്.

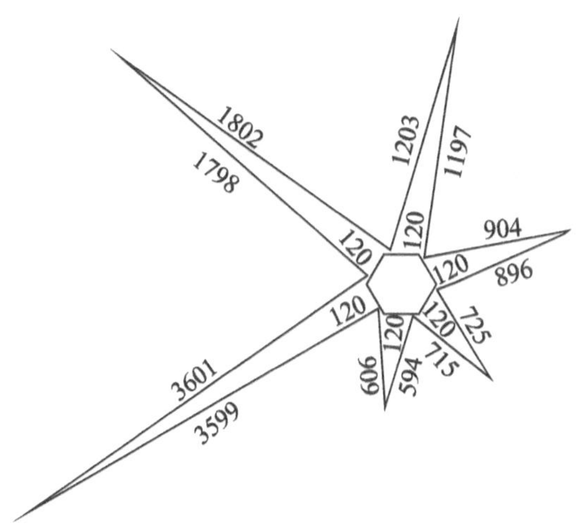

അവസാനമില്ലാതെ പൈ

ഗണിതശാസ്ത്രത്തിലെ ഏറ്റവുംപ്രശസ്തമായ സംഖ്യ ഏതെന്നു ചോദിച്ചാൽ ഉത്തരം ഒന്നേയുള്ളൂ, π

ഒരു വൃത്തത്തിന്റെ പരിധിയെ വ്യാസം കൊണ്ട് ഹരിച്ചാൽ കിട്ടുന്ന സംഖ്യയാണ് π. മറ്റൊരു രീതിയിൽ പറഞ്ഞാൽ വൃത്തത്തിന്റെ പരിധിയും വ്യാസവും തമ്മിലുള്ള അംശബന്ധമാണ് π.

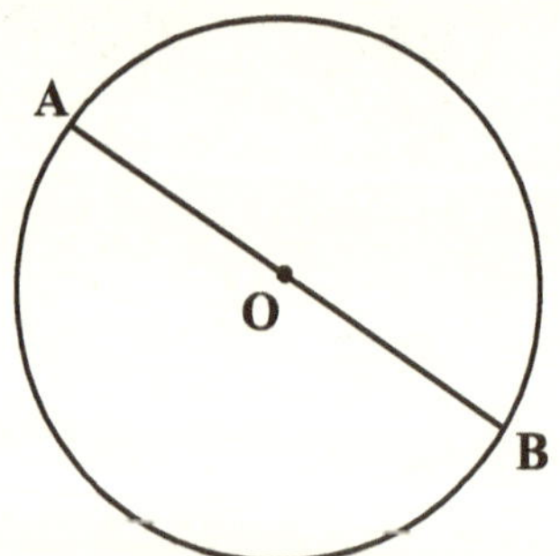

ഗ്രീക്ക് ഭാഷയിലെ ഒരക്ഷരമാണ് π . ക്രിസ്തുവിന് 2000 വർഷം മുമ്പ് ബാബിലോണിയക്കാർ വൃത്തത്തിന്റെ പരിധി, വ്യാസത്തിന്റെ മൂന്നു മടങ്ങിനേക്കാൾ അൽപ്പം കൂടുതലാണെന്നു കണ്ടെത്തിയിരുന്നു. അതായത് π യുടെ വില 3 ൽ അൽപ്പം കൂടുതലാണ് എന്നർഥം.

ക്രിസ്തുവിന് 225 വർഷം മുമ്പ് ആർക്കിമിഡീസ് (Archimedes) ആണ് π യുടെ വില ആദ്യമായി കണ്ടെത്തിയത് π യുടെ വില $^{223}/_{71}$ എന്നും $^{220}/_{70}$ എന്നുമാണ് അദ്ദേഹം കണക്കുകൂട്ടിയത്. ഇന്നും നമ്മൾ കണക്കുകൂട്ടലിന് 220/70 അഥവാ 22/7 എന്ന വില ഉപയോഗിച്ചുപോരുന്നു.

ആർക്കിമിഡീസ് തത്ത്വം കണ്ടുപിടിച്ചിട്ട് 'യുറീക്കാ' എന്നാർത്തുവിളിച്ചുകൊണ്ട് തെരുവിലൂടെ നഗ്നനായി ഓടിയ ഈ ശാസ്ത്രജ്ഞൻ π യുടെ വില കണ്ടുപിടിച്ചപ്പോൾ എന്തു വികൃതിയാവും കാണിച്ചിട്ടുണ്ടാവുക എന്നതിന് ചരിത്രരേഖകളൊന്നുമില്ല.

വൃത്തത്തിന്റെ പരിധിയും വ്യാസവും തമ്മിലുള്ള അംശബന്ധത്തിന് π എന്ന ഗ്രീക്ക് അക്ഷരം നൽകിയത് അത്രയൊന്നും പ്രശസ്തനല്ലാത്ത വില്യം ജോൺസ് (William Jones) എന്ന വെൽഷ് (Welsh) ഗണിതശാസ്ത്രജ്ഞനാണ്. എന്നാൽ π സാർവത്രികമായി അംഗീകരിക്കപ്പെടുന്നത് ഓയിലറുടെ (Leonhard Euler) കാലത്തോടെയാണ്. ഓയിലർക്ക് അതിൽ ഒരു പ്രധാന പങ്കുണ്ടുതാനും.

1768 ൽ ജർമൻ ഗണിതശാസ്ത്രജ്ഞനായ യോഹാൻ ലംബേർട്ട് (Johann Lambert) ആണ് π ഒരു അഭിന്നകസംഖ്യ (irrational number) ആണെന്നു തെളിയിച്ചത്. π യുടെ വിലയിലെ ദശാംശസ്ഥാനങ്ങൾ അനന്തമാണ്.

π യുടെ വില 20 ദശാംശസ്ഥാനം വരെ ചുവടെ ചേർക്കുന്നു.

π = 3.14159265358979323846...

π ക്ക് $\sqrt{10}$ എന്ന വിലയാണ് ചൈനക്കാർ നൽകിയിരുന്നത്. ഇതിന്റെ ദശാംശരൂപം 3.16227766016837933199 എന്നുവരും. ഭാരതീയ ഗണിതശാസ്ത്രജ്ഞനായ ബ്രഹ്മഗുപ്തനും (എ.ഡി. 500) ഈ വിലയാണ് π ക്കു സ്വീകരിച്ചത്.

π യുടെ വില സൂചിപ്പിക്കുന്ന പല ശ്രേണികളും പിന്നീടു കണ്ടുപിടിച്ചു. അതിലൊന്ന് ഇതാണ്.

$$\frac{\pi}{4} = 1 - \frac{1}{3} + \frac{1}{5} - \frac{1}{7} + \frac{1}{9} - \frac{1}{11} + \dots$$

ഓയിലർ π യ്ക്കു കൊടുത്ത വില ഇതാണ്.

$$\frac{\pi^2}{6} = 1 + \frac{1}{2^2} + \frac{1}{3^2} + \frac{1}{4^2} + \frac{1}{5^2} + \frac{1}{6^2} + \dots$$

ശ്രീനിവാസ രാമാനുജൻ π യ്ക്കു കണ്ടുപിടിച്ച വിലകളിലൊന്ന് ചുവടെ ചേർക്കുന്നു.

$$\pi = \frac{9801}{4412}\sqrt{2}$$

$$= 3.14159273001330566603139961890...$$

ഗണിത ശാസ്ത്രജ്ഞന്മാരെ എക്കാലവും ആകർഷിച്ചുപോന്ന ഒരു സംഖ്യയാണ് π. ഇതൊരു അഭിന്നകമാണെന്ന് യോഹാൻ ലംബോർട്ട് തെളിയിച്ചതിനു പിന്നാലെ 1882 ൽ ജർമ്മൻ ഗണിതശാസ്ത്രജ്ഞനായ ഫെർഡിനാന്റ് ഫൊൺ ലിൻഡെമൻ (Ferdinand Von Lindemann) π ഒരു അതീത സംഖ്യ (Transcendental number) ആണെന്നു തെളിയിച്ചു. അതായത് ഒരു ബീജഗണിത സമവാക്യത്തിന്റെ മൂല്യമായി ഒരിക്കലും π വരില്ല.

1853 ൽ വില്യം ഷാങ്ക്സ് (William Shanks) π യുടെ വില 607 സ്ഥാനം വരെ കണ്ടുപിടിച്ചതായി അവകാശപ്പെട്ടു. 1949 ൽ ഇത് 2037 ദശാംശസ്ഥാനം വരെയും ആധുനിക കമ്പ്യൂട്ടറുകളുടെ സഹായത്തോടെ 2002 ൽ 1, 241, 100, 000, 000 സ്ഥാനം വരെയും π യുടെ വില കണ്ടെത്തുകയുണ്ടായി. π യുടെ വിലയ്ക്കുവേണ്ടിയുള്ള ഒരിക്കലും നിലയ്ക്കാത്ത അന്വേഷണം തുടർന്നുകൊണ്ടേയിരിക്കുന്നു.

വിചിത്രമെന്നു പറയട്ടെ, π യുടെ വില കൃത്യമായി നിർവചിക്കണ മെന്നാവശ്യപ്പെടുന്ന ഒരു ബില്ല് പത്തൊമ്പതാം നൂറ്റാണ്ടിന്റെ അവസാനം അമേരിക്കയിലെ ഇൻഡിയാനാ (indiana) നിയമനിർമാണ സഭയിൽ അവതരിപ്പിക്കുകയുണ്ടായി. ഏതായാലും ബില്ല് പാസാക്കുന്നതിനു മുമ്പ് തങ്ങൾക്കു പറ്റിയ അബദ്ധം മനസ്സിലാക്കി രാഷ്ട്രീയക്കാർ പിൻവാങ്ങി. അതിൽ പിന്നെ രാഷ്ട്രീയക്കാർ π യെ തിരിഞ്ഞുനോക്കിയിട്ടേയില്ല.

അമേരിക്കയിൽ മാർച്ച് 14 എന്ന് എഴുതുന്നത് 14/3 എന്നല്ല 3/14 എന്നാണ്. 3.14 ആണല്ലൊ π യുടെ രണ്ടു ദശാംശസ്ഥാനത്തിനു ശരിയാ ക്കിയ വില. അതുകൊണ്ടാണ് മാർച്ച് 14, π ഡേ (π day) ആയി ആചരി ക്കുന്നത്. അതുപോലെ π യുടെ മറ്റൊരു വിലയാണല്ലോ 22/7. ജൂലൈ 22 സാധാരണ എഴുതുന്നത് 22/7 എന്നാണ്, π യുടെ ഏകദേശ വില ആയതുകൊണ്ട് ജൂലൈ 22, π അപ്രോക്സിമേഷൻ ഡേ (π approxi-mation day) ആയി ആചരിക്കുന്നു.

പിടിതരാതെ e

ഗണിതത്തിൽ π പോലെ തന്നെ പ്രാധാന്യമുള്ള ഒരു സംഖ്യയാണ് e. 17-ാം നൂറ്റാണ്ടിലാണ് ഈ സംഖ്യക്കുവേണ്ടിയുള്ള അന്വേഷണം ആരം ഭിക്കുന്നത്. ശരിക്കും പറഞ്ഞാൽ സ്വിറ്റ്സർലന്റുകാരനായ ജേക്കബ് ബർണൗലിയാണ് ആദ്യമായി e യുടെ വില കണ്ടെത്തിയത്. ധാരാളം ഗണിതശാസ്ത്രജ്ഞന്മാരെ സംഭാവന ചെയ്തിട്ടുള്ളതുകൊണ്ട് ബർണൗലി കുടുംബത്തെ ഗണിതശാസ്ത്രകുടുംബം എന്നാണ് വിളി ക്കാറ്. കൂട്ടുപലിശ കണക്കാക്കുന്നതിലൂടെയാണ് ബർണൗലി തന്റെ സംരംഭത്തിന് തുടക്കം കുറിച്ചത്.

പലിശനിരക്ക് 100% ആയാൽ 1 രൂപയ്ക്ക് 1 വർഷത്തെ പലിശ 1 രൂപ ആയിരിക്കും. അങ്ങനെ 1 രൂപ നിക്ഷേപിക്കുന്ന ആളിന് വർഷാവ സാനം പലിശയും മുതലും കൂടി 2 രൂപ ലഭിക്കും.

ഈ ഏർപ്പാടിൽ 6 മാസം കൂടുമ്പോൾ പലിശ കണക്കാക്കിയിരു ന്നെങ്കിലോ? 1 രൂപ 1 വർഷം കൊണ്ട് 2.25 രൂപയായി വർദ്ധിക്കുമായിരു ന്നു. മൂന്നുമാസം വീതം കൂടുമ്പോൾ പലിശ കണക്കാക്കിയാൽ 1 രൂപ, 2.44141 രൂപയാകും. പട്ടിക കാണുക.

പലിശ കണക്കാക്കുന്ന കാലയളവ്	ആകെ തുക (രൂപ)
ഒരു വർഷം	2.00000
ആറു മാസം	2.25000
മൂന്നു മാസം	2.44141

ഒരു മാസം	2.61304
ഒരാഴ്ച	2.69260
ഒരുദിവസം	2.71457
ഒരു മണിക്കൂർ	2.71813
ഒരു മിനിറ്റ്	2.71828
ഒരു സെക്കന്റ്	2.71828

ഇതാണ് ജേക്കബ് ബർണൗലി കണ്ടുപിടിച്ച e യുടെ വില e = 2.71828. ഒരു നിശ്ചിത വിലയിലെത്തുമ്പോൾ വർദ്ധനവ് നിലയ്ക്കുന്നതായി പട്ടികയിൽനിന്നും മനസ്സിലാക്കാം. ഈ നിശ്ചിതവിലയാണ് e

π യുടെ കാര്യത്തിലെന്ന പോലെ e യും ഒരു അഭിന്നകസംഖ്യ (irrational number) യാണ്. e യുടെ കൃത്യമായ വില നമുക്കറിയില്ല.

e = 2.71828182845904523536

e യുടെ 20 ദശാംശസ്ഥാനം വരെയുള്ള വിലയാണിത്.

ഭിന്നസംഖ്യാരൂപത്തിൽ e യുടെ വില $\frac{87}{32}$ ആണ്.

കുറേക്കൂടി കൃത്യമായി പറഞ്ഞാൽ $\frac{878}{323}$

e യുടെ വില കണക്കാക്കാനുള്ള രണ്ടു ശ്രേണികൾ ചുവടെ ചേർക്കുന്നു.

$$e = 1 + \frac{1}{1} + \frac{1}{2 \times 1} + \frac{1}{3 \times 2 \times 1} + \frac{1}{4 \times 3 \times 2 \times 1} + \frac{1}{5 \times 4 \times 3 \times 2 \times 1} + \cdots$$

$$e = 1 + \frac{1}{1!} + \frac{1}{2!} + \frac{1}{3!} + \frac{1}{4!} + \frac{1}{5!} + \cdots$$

$[4! = 4 \times 3 \times 2 \times 1$
$5! = 5 \times 4 \times 3 \times 2 \times 1]$

1737 ൽ ലിയൊനാർഡ് ഓയിലർ (Leonhard Euler) ആണ് e അഭിന്നക (irrational) മാണെന്നു തെളിയിച്ചത്. 1840 ൽ ഫ്രെഞ്ച് ഗണിത ശാസ്ത്രജ്ഞനായ ജോസഫ് ലിയുവിൽ (Joseph Liouville) e ഒരു രണ്ടാം കൃതി സമവാക്യത്തിന്റെ (quadratic equation) മൂല്യമാവുകയില്ല എന്നു തെളിയിച്ചു. 1873 ൽ അദ്ദേഹത്തിന്റെ നാട്ടുകാരൻ തന്നെയായ ഷാർല് ഹെർമിത്ത് (Charles Hermite) e ഒരു അതീത സംഖ്യ (transcendental

number) യാണെന്നു തെളിയിച്ചു. അതായത് e ഒരിക്കലും ഒരു ബീജഗ
ണിതവാക്യത്തിന്റെ മൂല്യം ആവുകയില്ല.

π യും e യും തമ്മിലുള്ള ബന്ധം പരിശോധിക്കുന്നത് രസാവഹമാ
യിരിക്കും. e^{π}, π ഇവയുടെ വിലകൾ അടുത്തടുത്തുവരും. എന്നിരുന്നാലും
e^{π} യാണ് π^{e} യേക്കാൾ വലുത്.

$$e^{\pi} > \pi^{e}$$

ഇവയുടെ ഏകദേശവിലകൾ കാണുക

$$e^{\pi} = 23.14069$$

$$\pi^{e} = 22.45916$$

റഷ്യൻ ഗണിതശാസ്ത്രജ്ഞനായ അലക്സാണ്ടർ ജൽഫോണ്ട്
(Aleksandr Gelfond) ആണ് e^{π} ഒരു അതീതസംഖ്യയാണെന്നു തെളി
യിച്ചത്. അതിനാൽ അദ്ദേഹത്തിന്റെ സ്മരണയ്ക്കായി ഈ സംഖ്യയ്ക്ക്
ജൽഫോണ്ട് കോൺസ്റ്റന്റ് (Gelfond's Constant) എന്നാണു പേര്.
എന്നാൽ π^{e} യുടെ പ്രത്യേകതകൾ ഇനിയും കണ്ടെത്തേണ്ടിയിരിക്കുന്നു.

e യുടെ പ്രാധാന്യം വളരെ വലുതാണ്. ഗണിതശാസ്ത്രത്തിൽ മാത്ര
മല്ല സ്റ്റാറ്റിസ്റ്റിക്സ്, എഞ്ചിനീയറിങ്, ധനതത്വശാസ്ത്രം തുടങ്ങിയ വിവിധ
മേഖലകൾ e യ്ക്കു സ്വാധീനമുണ്ട്.

ഗണിതത്തിലെ ഏറ്റവും പ്രധാനപ്പെട്ട സംഖ്യകളേവ എന്നു ചോദി
ച്ചാൽ 0, 1, π, e എന്നായിരിക്കും ഉത്തരം. അടുത്ത സംഖ്യ $i = \sqrt{r}$ ആയി
രിക്കും. ഇവയെ ഗണിതത്തിലെ അഞ്ച് അത്ഭുതങ്ങൾ എന്നു വിളിക്കാം.
ഈ അഞ്ചു സംഖ്യകളും ചേർത്ത് ഓയിലറിന്റെ അതിപ്രശസ്തമായ
വാക്യമിതാ.

$$e^{i\pi} + 1 = 0$$

അഭാജ്യസംഖ്യകൾ (Prime Numbers)

6 = 2 x 3
8 = 2 x 2 x 2
10 = 2 x 5

6, 8, 10 തുടങ്ങിയ സംഖ്യകൾക്കെല്ലാം ഘടകങ്ങളുണ്ട്. മറ്റൊരു രീതിയിൽ പറഞ്ഞാൽ ഈ സംഖ്യകളൊക്കെ ഘടകങ്ങളായി വിഭജിക്കാം. അതുകൊണ്ട് ഇവയെ ഭാജ്യസംഖ്യകൾ (Composite numbers) എന്നു പറയുന്നു. 15, 20, 36, 45.... തുടങ്ങിയവയൊക്കെ ഭാജ്യസംഖ്യകളാണ്.

2, 3, 5, 7, 11, 13 ....തുടങ്ങിയ സംഖ്യകളെ ഇങ്ങനെ വിഭജിക്കാനാ വില്ല. മറ്റൊരു രീതിയിൽ പറഞ്ഞാൽ ഇത്തരം സംഖ്യകൾക്ക് 1 ഉം ആ സംഖ്യയും മാത്രമേ ഘടകങ്ങളായുള്ളൂ. ഇവയ്ക്ക് അഭാജ്യസംഖ്യകൾ (Prime numbers) എന്നാണു പേര്.

7 = 7 x 1
11 = 11 x 1
13 = 13 x 1

മുകളിൽ പറഞ്ഞ നിർവചനമനുസരിച്ച് 1 അഭാജ്യസംഖ്യയാവേണ്ട താണ്. കുറേക്കാലം ഗണിതശാസ്ത്രജ്ഞന്മാർ അങ്ങനെ പരിഗണിച്ചു പോരുകയും ചെയ്തു. എന്നാൽ ആധുനിക ഗണിതത്തിൽ 2 ആണ് ആദ്യത്തെ അഭാജ്യസംഖ്യ. അഭാജ്യസംഖ്യകളുടെ കൂട്ടത്തിലെ ഒരേ യൊരു ഇരട്ട സംഖ്യയും 2 ആണ്. ഗണിതത്തിലെ കണങ്ങൾ (atoms) എന്നാണ് അഭാജ്യസംഖ്യകൾ അറിയപ്പെടുന്നത്.

1 ൽ കൂടുതലായ എല്ലാ പൂർണ സംഖ്യകളെയും അഭാജ്യസംഖ്യ കളുടെ ഗുണനഫലമായി എഴുതാം. ഇത് ഒരേ ഒരു രീതിയിലേ സാധ്യ മാവൂ. (Prime number decomposition theorem) ഉദാഹരണങ്ങൾ കാണുക.

$$12 = 2 \times 2 \times 3$$
$$= 2^2 \times 3$$
$$72 = 2 \times 2 \times 2 \times 3 \times 3$$
$$= 2^3 \times 3^2$$

അഭാജ്യസംഖ്യകൾ കണ്ടുപിടിക്കാനുള്ള മാർഗം ആദ്യമായി ആവിഷ്ക്കരിച്ചത് ആർക്കിമിഡീസിന്റെ സമകാലീനനായിരുന്ന ഇരറ്റോ സ്ഥനിസ് (Eratosthenes) ആണ്. ഇരേറ്റോസ്ഥനിസിന്റെ അരിപ്പ എന്നാണ് അദ്ദേഹം ആവിഷ്ക്കരിച്ച മാർഗം അറിയപ്പെടുന്നത്.

എണ്ണൽസംഖ്യകൾ നിരത്തി എഴുതുന്നു. എന്നിട്ട് ആദ്യം 2 ന് അടി യിൽ ഒരു വരയിടുക. തുടർന്ന് 2 ന്റെ ഗുണിതങ്ങൾ ഓരോന്നായി വെട്ടി ക്കളയുക. ഇനി 3 ന്റെ അടിയിൽ വരയ്ക്കുകയും 3 ന്റെ ഗുണിതങ്ങൾ വെട്ടിക്കളയുകയും ചെയ്യുന്നു. ഇങ്ങനെ തുടർന്നാൽ വെട്ടിക്കളയുന്നത് ഭാജ്യസംഖ്യകളും ശേഷിക്കുന്നത് അഭാജ്യസംഖ്യകളുമായിരിക്കും. 100 വരെയുള്ള സംഖ്യകളാണ് പരിശോധിക്കുന്നത് എങ്കിൽ വെട്ടിക്കളഞ്ഞ ശേഷം അവശേഷിക്കുന്ന സംഖ്യകൾ അതായത് അഭാജ്യസംഖ്യകൾ ഇവയായിരിക്കും.

2, 3, 5, 7, 11, 13, 17, 19
23, 29, 31, 37, 41, 43, 47, 53
59, 61, 67, 71, 73, 79, 83, 89, 97
ആകെ 25 സംഖ്യകൾ

ഒരു സംഖ്യ അഭാജ്യസംഖ്യയാണോ എന്നറിയാൻ വളരെ ബുദ്ധി മുട്ടാണ്. 2 ഉം 5 ഉം ഒഴികെയുള്ള എല്ലാ അഭാജ്യസംഖ്യകളും 1, 3, 7, 9 എന്നീ അക്കങ്ങളിൽ ഒന്നിൽ അവസാനിക്കുന്നവ ആയിരിക്കും. എന്നാൽ അതുകൊണ്ടുമാത്രം ഒരു സംഖ്യ അഭാജ്യമാണോ എന്നു നിശ്ചയിക്കാൻ കഴിയില്ല.

അഭാജ്യസംഖ്യകൾ വിന്യസിച്ചിരിക്കുന്നത് ഒരു നിശ്ചിത ക്രമത്തി ലൊന്നുമല്ല. ഒരു നിശ്ചിത അകലത്തിൽ നിശ്ചിത എണ്ണം എന്നു പറ യാൻ കഴിയില്ല. 1000 നു താഴെയുള്ള അഭാജ്യസംഖ്യകളുടെ എണ്ണവും അവ വിന്യസിച്ചിരിക്കുന്ന രീതിയും കാണുക.

പരിധി	അഭാജ്യസംഖ്യകളുടെ എണ്ണം
1 - 100	25
101 - 200	21
201 - 300	16
301 - 400	16
401 - 500	17
501 - 600	14
601 - 700	16
701 - 800	14
801 - 900	15
901 - 1000	14

ആയിരത്തിനു താഴെ ആകെ 168 അഭാജ്യസംഖ്യകളുണ്ട്. തന്നിരി ക്കുന്ന ഒരു സംഖ്യക്കു താഴെ എത്ര അഭാജ്യസംഖ്യകളുണ്ടെന്ന് കണ്ടു പിടിക്കാനുള്ള ഒരു ഫോർമുല ഗൗസ് (Carl Friedrich Gauss) എന്ന ഗണി തശാസ്ത്രജ്ഞൻ മുന്നോട്ടുവച്ചു. 1792 ലാണ് ഇത്. അന്ന് അദ്ദേഹത്തിന് പ്രായം വെറും പതിനഞ്ച് വയസ്സ്. എന്നാൽ ഈ ഫോർമുല നൽകുന്ന ഉത്തരം കൃത്യമായ എണ്ണത്തിൽ നിന്ന് അൽപ്പം കൂടുതലോ കുറവോ ആണെന്ന ഒരു ന്യൂനതയുണ്ട്.

അഭാജ്യസംഖ്യകളുടെ എണ്ണം അനന്തമാണെന്ന് യൂക്ലിഡ് (Euclid) തന്റെ *എലിമെന്റ്സ്* (Elements) എന്ന ഗ്രന്ഥത്തിൽ തെളിയിച്ചിട്ടുണ്ട്. ഇതുവരെ കണ്ടുപിടിച്ചിട്ടുള്ളതിൽ വച്ച് ഏറ്റവും വലിയ അഭാജ്യസംഖ്യ മെർസെന്നെ പ്രൈം (Mersenne Prime) എന്നറിയപ്പെടുന്ന $2^{24036583} - 1$ ആണ്. (Marin Mersenne, മറാങ് മെർസെന്ന്, ഫ്രഞ്ച് ഗണിതശാസ്ത്ര ജ്ഞൻ, 1588 – 1648) ഇതു ക്രിയ ചെയ്താൽ $10^{7235732}$ എന്നു കിട്ടും. അതായത് 1 ന്റെ കൂടെ 7, 235, 732 പൂജ്യങ്ങൾ ചേർത്താൽകിട്ടുന്ന സംഖ്യ !

ഇനി ടിൻ പ്രൈംസ് പ്രോബ്ലം (Twin Primes Problem) എന്താ ണെന്നു നോക്കാം. അടുത്തടുത്ത രണ്ട് അഭാജ്യസംഖ്യകൾ തമ്മിലുള്ള വ്യത്യാസം ഒരു ഇരട്ടസംഖ്യയാണെങ്കിൽ ആ സംഖ്യകൾക്ക് ടിൻ പ്രൈംസ് എന്നു പറയുന്നു. 1 നും 100 നും ഇടയിലുള്ള ടിൻ പ്രൈംസ് ഇവയാണ്.

3, 5 ; 5, 7 ; 11, 13; 17, 19 ;
29, 31 ; 41, 43; 59,61; 71,73
10^{10} താഴെ 27, 412, 679 ടിൻ പ്രൈംസ് ഉണ്ടെന്നു കണ്ടുപിടിച്ചി ട്ടുണ്ട്.

അഭാജ്യസംഖ്യകളെ സംബന്ധിക്കുന്ന മറ്റൊരു സിദ്ധാന്തം ഇതാണ്. 2 ൽ കൂടുതലായ ഏത് ഇരട്ടസംഖ്യയും രണ്ട് അഭാജ്യസംഖ്യകളുടെ തുകയായി എഴുതാം.

$$22 = 17 + 5$$
$$38 = 31 + 7$$
$$64 = 61 + 3$$

ഗോൾഡ് ബാക് കൺജക്ചർ (*Gold bach Conjecture; Christian Goldbach*, ക്രിസ്ത്യൻ ഗോൾഡ് ബാക്, 1690-1764) എന്നപേരിൽ അറിയപ്പെടുന്ന ഈ സിദ്ധാന്തം പക്ഷേ ഇന്നുവരെ തെളിയിക്കപ്പെട്ടിട്ടില്ല.

$4K + 1$ എന്ന രൂപത്തിലുള്ള ഏത് അഭാജ്യസംഖ്യയും രണ്ടു വർഗ ങ്ങളുടെ തുകയായി എഴുതാം. ഇത് ഒരേ ഒരു രീതിയിലേ എഴുതാൻ പറ്റുകയുള്ളൂ.

$$17 = 4 \times 4 + 1$$

അതായത് 17 നെ $4K + 1$ എന്ന രീതിയിൽ എഴുതാം. അപ്പോൾ രണ്ടു വർഗങ്ങളുടെ തുകയായി 17 നെ എഴുതാൻ കഴിയണം.

$17 = 4^2 + 1^2$

$53 = 4 \times 13 + 1$ $(4K + 1)$

$53 = 7^2 + 2^2$

$89 = 4 \times 22 + 1$ $(4K + 1)$

$89 = 8^2 + 5^2$

ഈ സിദ്ധാന്തത്തിന്റെ ഉപജ്ഞാതാവ് പിയർ ദെ ഫെർമാ (Pierre de Fermat) ആണ്. അതുപോലെ $4K + 3$ എന്ന രൂപത്തിലുള്ള അഭാജ്യ സംഖ്യകൾ രണ്ടു വർഗ്ഗങ്ങളുടെ തുകയായി എഴുതാൻ കഴിയില്ല എന്നും ഫെർമാ തെളിയിച്ചു.

ഴോസഫ് ലെഗ്രാൻഷിന്റെ (Joseph Lagrange, ഫ്രഞ്ച് ഗണിതശാ സ്ത്രജ്ഞൻ, 1736-1813) ഒരു സിദ്ധാന്തം ഇത്തരുണത്തിൽ ഓർത്തിരി ക്കുന്നത് നല്ലതാണ്. ഏതൊരു പോസിറ്റീവ് പൂർണസംഖ്യയും നാലു വർഗ്ഗങ്ങളുടെ തുകയായി എഴുതാൻ കഴിയും.

$12 = 3^2 + 1^2 + 1^2 + 1^2$

$17 = 3^2 + 2^2 + 2^2 + 0^2$

$23 = 3^2 + 3^2 + 2^2 + 1^2$ - വെളിപാടുപുസ്തകത്തിൽ (*Book of Revelation*) പറയുന്ന മൃഗത്തിന്റെ സംഖ്യയായ (Number of the beast) 666, തുടർച്ചയായ ആദ്യത്തെ 7 അഭാജ്യസംഖ്യകളുടെ വർഗങ്ങളുടെ തുകയാണ്.

$$666 = 2^2 + 3^2 + 5^2 + 7^2 + 11^2 + 13^2 + 17^2$$

666 ന്റെ മറ്റൊരു പ്രത്യേകത ഇത് പാലിൻഡ്രോമിക് ക്യൂബുക ളുടെ (ഇടത്തുനിന്ന് വലത്തോട്ടു വായിച്ചാലും വലത്തുനിന്ന് ഇടത്തോട്ടു വായിച്ചാലും മാറ്റമില്ലാത്ത) തുകയാണെന്നുള്ളതാണ്.

$$666 = 1^3 + 2^3 + 3^3 + 4^3 + 5^3 + 6^3 + 5^3 + 4^3 + 3^3 + 2^3 + 1^3$$

അഭാജ്യസംഖ്യകൾ ഗണിതത്തിലെ കണികകൾ ആണെന്നും അവയെ വിഭജിക്കാൻ പറ്റില്ലെന്നുമാണല്ലോ നമ്മൾ കണ്ടത്. എന്നാൽ ഇതാ ഗൗസ് (Gauss) ആ കണികകൾ പിളർന്നിരിക്കുന്നു. 5 ഒരു അഭാ ജ്യസംഖ്യയാണല്ലോ.

$5 = (1 + 2i)(1 - 2i)$ | $i = \sqrt{-1}$

$7 = (1 + \sqrt{5}\, i)(1 - \sqrt{6}\, i)$

ഗണിതം വളർന്നുകൊണ്ടേയിരിക്കുന്നു.

മോഡുലാർ അരിത്മെറ്റിക്
(Modular Arithmetic)

സംഖ്യകളുടെ ശിഷ്ടങ്ങളെ ആസ്പദമാക്കിയുള്ള ഗണിതമാണ് മോഡുലാർ അരിത്മെറ്റിക്.

17 നെ 3 കൊണ്ട് ഹരിച്ചാൽ ശിഷ്ടം 2. ഈ വസ്തുത ഇങ്ങനെ എഴുതാം.

$17 \equiv 2 \pmod 3$ വായിക്കുന്നത് 17 സർവസമം 2, മോഡ് 3 (17 is congruent to 2, mod 3)

$27 \equiv 3 \pmod 4$

$39 \equiv 4 \pmod 5$

$47 \equiv 5 \pmod 6$

ഇത് മറ്റൊരു രീതിയിലും പറയാം. 17 നെയും 2 നെയും 3 കൊണ്ട് ഹരിച്ചാൽ ഒരേ ശിഷ്ടമാണ്. 27 നെയും 3 നെയും 4 കൊണ്ട് ഹരിച്ചാൽ ഒരേ ശിഷ്ടം കിട്ടും. തുടർന്നുള്ള ഓരോ ഉദാഹരണത്തിലും ഇതു ശരി യാണ്.

അതുപോലെ 17-2 നെ 3 കൊണ്ട് നിശ്ശേഷം ഹരിക്കാം. 27-3 നെ 4 കൊണ്ട് നിശ്ശേഷം ഹരിക്കാം. തുടർന്നുള്ള ഓരോന്നും ഈ നിയമം അനു സരിക്കുന്നുണ്ടെന്നു കാണാം.

$a \equiv b \pmod m$ $c \equiv d \pmod m$ എന്നു തന്നിരിക്കുന്നു. a, b, c, d ഇവ പൂർണസംഖ്യകളും $m > 0$ വും ആയിരുന്നാൽ താഴെ പറയുന്നവ ശരിയാ യിരിക്കും.

1) $a + c \equiv b + d \pmod m$

2) $a - c \equiv b - d \pmod m$

3) $ac \equiv bd \pmod m$

4) $a^n \equiv b^n \pmod m$, n ഒരു പോസിറ്റീവ് പൂർണസംഖ്യ

ചില ഉദാഹരണങ്ങൾ പരിശോധിക്കാം

1. 72 x 59 നെ 7 കൊണ്ടു ഹരിച്ചാൽ ശിഷ്ടമെന്ത്?

$72 \equiv 2 \pmod 7$

$59 \equiv 3 \pmod 7$

$72 \times 59 \equiv 2 \times 3 \pmod 7$

$\equiv 6 \pmod 7$

2. 67^2 നെ 4 കൊണ്ട് ഹരിച്ചാൽ ശിഷ്ടമെന്ത്?

$67 \equiv 3 \pmod 4$

$67^2 \equiv 3^2 \pmod 4$

$\equiv 9 \pmod 4$

$\equiv 1 \pmod 4$

3. $83^2 + 49^2$ നെ 6 കൊണ്ട് ഹരിച്ചാൽ ശിഷ്ടമെന്ത്?

$83 \equiv -1 \pmod 6$

$83^2 \equiv (-1)^2 \pmod 6$

$\equiv 1 \pmod 6$

$49 \equiv 1 \pmod 6$

$49^2 \equiv 1^2 \pmod 6$

$\equiv 1 \pmod 6$

$83^2 + 49^2 \equiv 1 \pmod 6 + 1 \pmod 6$

$\equiv 2 \pmod 6$

4. 23^{49} നെ 7 കൊണ്ട് ഹരിച്ചാൽ ശിഷ്ടമെത്ര?

$23 \equiv 2 \pmod 7$

$23^6 \equiv 2^6 \pmod 7$

$23^6 \equiv 1 \pmod 7$

$2^6 \equiv 1 \pmod 7$

$(23^6)^8 \equiv 1^8 \pmod 7$

$23^{48} \equiv 1 \pmod 7$

$23 \times 23^{48} \equiv 23 \times 1 \pmod 7$

$23^{49} \equiv 23 \pmod 7$

$23^{49} \equiv 2 \pmod 7$

അതായത് 23^{49} നെ 7 കൊണ്ട് ഹരിച്ചാൽ ശിഷ്ടം 2 ആയിരിക്കും.

5. 67 x 32 നെ 13 കൊണ്ട് ഹരിക്കുമ്പോൾ ലഭിക്കുന്ന ശിഷ്ടം കണക്കാക്കുക.

$67 \equiv 2 \pmod{13}$

$32 \equiv 6 \pmod{13}$

$67 \times 32 \equiv 2 \times 6 \pmod{13}$

$\equiv 12 \pmod{13}$

67 x 32 നെ 13 കൊണ്ട് ഹരിച്ചാൽ ശിഷ്ടം 12 ആയിരിക്കും.

6. $27^3 + 42^3$ നെ 13 കൊണ്ട് ഹരിച്ചാൽ ശിഷ്ടമെത്ര?

$27 \equiv 1 \pmod{13}$

$27^3 \equiv 1^3 \pmod{13}$

$27^3 \equiv 1 \pmod{13}$....... (1)

$42 \equiv 3 \pmod{13}$

$42^3 \equiv 3^3 \pmod{13}$

$42^3 \equiv 27 \pmod{13}$

$42^3 \equiv 1 \pmod{13}$ - (2)

$(1) + (2) = 27^3 + 42^3 \equiv 1+1 \pmod{13}$

$\equiv 2 \pmod{13}$

ശിഷ്ടം 2 ആയിരിക്കും

7. $31^4 \pmod{13}$ എത്ര?

$31 \equiv 5 \pmod{13}$

$31^2 \equiv 5^2 \pmod{13}$

$31^2 \equiv 25 \pmod{13}$

$31^2 \equiv -1 \pmod{13}$

$(31^2)^2 \equiv (-1)^2 \pmod{13}$

$31^4 \equiv 1 \pmod{13}$

8. $87^4 \pmod{11}$ എത്ര?

$87 \equiv -1 \pmod{11}$

$87^4 \equiv (-1)^4 \pmod{11}$

$\equiv 1 \pmod{11}$

9. $43^6 \pmod{7}$ കണക്കാക്കുക.

$43 \equiv 1 \pmod{7}$

$43^6 \equiv 1^6 \pmod{7}$

$43^6 \equiv 1 \pmod{7}$

10. 117 x 31നെ 11കൊണ്ടു ഹരിച്ചാൽ ശിഷ്ടമെന്ത്?

$117 \equiv -4 \pmod{11}$

$31 \equiv -2 \pmod{11}$

$117 \times 31 \equiv -4 \times -2 \pmod{11}$

$\equiv 8 \pmod{11}$

ഫെർമായുടെ ലിറ്റിൽ തിയറം
(Fermat's Little Theorem)

ഗണിതശാസ്ത്രജ്ഞന്മാർക്ക് എന്നും ഒരു കീറാമുട്ടിയായിരുന്ന ഫെർമാസ് തിയറം (Fermat's Last Theorem) തെളിയിച്ചത് 1994 ൽ ആൻഡ്രൂവൈൽസ് ആണ്. $x^n+y^n = z^n$ എന്ന സമീകരണത്തിൽ n ന് 2 ൽ കൂടിയ പൂർണസംഖ്യാവിലകൾ ഉണ്ടാവുകയില്ല എന്നതാണ് ഈ സിദ്ധാന്തം.

ഫെർമായുടെ ലിറ്റിൽ തിയറം എന്താണെന്നു നോക്കാം. p ഒരു അഭാജ്യസംഖ്യയും a ഒരു പോസിറ്റീവ് പൂർണ സംഖ്യയും ആണെന്നിരിക്കട്ടെ. a യുടെ ഘടകമല്ല p എങ്കിൽ $a^{p-1} \equiv 1 \pmod p$ ആയിരിക്കും. അതായത് a^{p-1} നെ p കൊണ്ട് ഹരിച്ചാൽ ശിഷ്ടം 1 ആയിരിക്കും.

പട്ടിക കാണുക.

p = അഭാജ്യസംഖ്യ	a = പോസിറ്റീവ് പൂർണ സംഖ്യ	a^{p-1}
2	7	$7^{2-1}=7$
3	11	$11^{3-1}=121$
5	8	$8^{5-1}=4096$
7	12	$12^{7-1}=12^6$
11	20	$20^{11-1}=20^{10}$

മൂന്നാം കോളത്തിലെ ഓരോ സംഖ്യയേയും ഒന്നാം കോളത്തിലേതുകൊണ്ടു ഹരിച്ചാൽ ശിഷ്ടം 1 ആയിരിക്കും. അതായത് $a^{p-1} \equiv 1 \pmod p$ ആയിരിക്കും.

ഈ സിദ്ധാന്തമുപയോഗിച്ച് ചില കണക്കുകൾ ചെയ്തു നോക്കാം.

1. 12^{24} നെ 7 കൊണ്ടു ഹരിച്ചാൽ ശിഷ്ടമെന്ത്?

7 അഭാജ്യ സംഖ്യ ആയതുകൊണ്ട്

$12^{7-1} \equiv 1 \pmod 7$

$12^6 \equiv 1 \pmod 7$

$(12^6)^4 \equiv 1^4 \pmod 7$

$12^{24} \equiv 1 \pmod 7$

അതായത് ശിഷ്ടം 1 ആയിരിക്കും.

2. 15^{31} നെ 11 കൊണ്ടു ഹരിച്ചാലുള്ള ശിഷ്ടമെന്ത്?

11 അഭാജ്യ സംഖ്യ ആയതുകൊണ്ട്

$15^{11-1} \equiv 1 \pmod{11}$

$15^{10} \equiv 1 \pmod{11}$

$15^{30} \equiv 1^3 \pmod{11}$

$15^{30} \equiv 1 \pmod{11}$ $\qquad\qquad 15 \equiv 4 \pmod{11}$

$15 \times 15^{30} \equiv 1 \pmod{11} \times 4 \pmod{11}$

$15^{31} \equiv 1 \times 4 \pmod{11}$

$15^{31} \equiv 4 \pmod{11}$

അതായത് ശിഷ്ടം 4

3. 40^{39} നെ 19 കൊണ്ടു ഹരിച്ചാൽ ശിഷ്ടമെന്തായിരിക്കും?

19 അഭാജ്യ സംഖ്യയാണ്. അപ്പോൾ

$40^{19-1} \equiv 1 \pmod{19}$

$40^{18} \equiv 1 \pmod{19}$

$40^{36} \equiv 1^2 \pmod{19}$

$40^{36} \equiv 1 \pmod{19}$

$40^{36} \times 40^3 \equiv 1 \pmod{19} \times 8 \pmod{19}$ $\qquad 40 \equiv 2 \pmod{19}$

$\qquad\qquad\qquad\qquad\qquad\qquad\qquad\qquad\qquad\qquad 40^3 \equiv 2^3 \pmod{19}$

$\qquad\qquad\qquad\qquad\qquad\qquad\qquad\qquad\qquad\qquad 40^3 \equiv 8 \pmod{19}$

$40^{39} \equiv 1 \times 8 \pmod{19}$

$40^{39} \equiv 8 \pmod{19}$

അതായത് ശിഷ്ടം 8 ആയിരിക്കും

4. 100^{200} നെ 7 കൊണ്ടു ഹരിച്ചാലുള്ള ശിഷ്ടമെത്ര?

7 അഭാജ്യ സംഖ്യയാണ്.

$100^{7-1} \equiv 1 \pmod 7$

$100^6 \equiv 1 \pmod 7$

$(100^6)^{33} \equiv 1^{33} \pmod 7$ $\qquad\qquad\qquad 100 \equiv 2 \pmod 7$

$\qquad\qquad\qquad\qquad\qquad\qquad\qquad\qquad\qquad 100^2 \equiv 2^2 \pmod 7$

$\qquad\qquad\qquad\qquad\qquad\qquad\qquad\qquad\qquad \equiv 4 \pmod 7$

$$100^{198} \equiv 1 \ (\text{mod } 7)$$
$$100^2 \text{x} 100^{198} \equiv 4 \ (\text{mod } 7)\text{x}1 \ (\text{mod } 7)$$
$$100^{200} \equiv 4 \ \text{x}1 \ (\text{mod } 7)$$
$$\equiv 4 \ (\text{mod } 7)$$

5. $25^{87} \ (\text{mod } 43)$ കണക്കാക്കുക.

$$25^{43-1} \equiv 1 \ (\text{mod } 43)$$
$$25^{42} \equiv 1 \ (\text{mod } 43) \qquad\qquad 25^3 \equiv 3125$$
$$\equiv 29 \ (\text{mod } 43)$$

$$25^{84} \equiv 1^2 \ (\text{mod } 43)$$
$$25^{84} \equiv 1 \ (\text{mod } 43)$$
$$25^3 \text{x} \ 25^{84} \equiv 1 \ (\text{mod } 43) \text{ x } 29 \ (\text{mod } 43)$$
$$25^{87} \equiv 29 \ (\text{mod } 43)$$

6. ഫെർമായുടെ ലിറ്റിൽ തിയറം ഉപയോഗിച്ച് $33^{69} \ (\text{mod } 17)$ കണ
ക്കാക്കുക.

$$33^{17-1} \equiv 1 \ (\text{mod } 17)$$
$$33^{16} \equiv 1 \ (\text{mod } 17)$$
$$33^{64} \equiv 1^4 \ (\text{mod } 17)$$
$$33^{64} \equiv 1 \ (\text{mod } 17)$$
$$33^5 \text{x} \ 33^{64} \equiv 1 \ (\text{mod } 17) \text{ x } (-1) \ (\text{mod } 17)$$
$$33^{69} \equiv 1\text{x-}1 \ (\text{mod } 17) \qquad 33 \equiv -1 \ (\text{mod } 17)$$
$$33^5 \equiv (-1)^5 \ (\text{mod } 17)$$
$$\equiv -1 \ (\text{mod } 17)$$

$$33^{69} \equiv -1 \ (\text{mod } 17)$$

7. $17^{80} \ (\text{mod } 8)$ കണക്കാക്കുക.

$$17^{8-1} \equiv 1 \ (\text{mod } 8)$$
$$17^7 \equiv 1 \ (\text{mod } 8)$$
$$(17^7)^{11} \equiv 1^{11} \ (\text{mod } 8)$$
$$17^{77} \equiv 1 \ (\text{mod } 8) \qquad 17 \equiv 1 \ (\text{mod } 8)$$
$$17^3 \equiv 1^3 \ (\text{mod } 8)$$
$$17^3 \equiv 1 \ (\text{mod } 8)$$

$$17^3 \text{x} \ 17^{77} \equiv 1\text{x}1 \ (\text{mod } 8)$$
$$17^{80} \equiv 1 \ (\text{mod } 8)$$

8. $21^{58} \ (\text{mod } 29)$ കണക്കാക്കുക.

$$21^{29-1} \equiv 1 \ (\text{mod } 29)$$
$$21^{28} \equiv 1 \ (\text{mod } 29)$$
$$(21^{28})^2 \equiv 1^2 \ (\text{mod } 29)$$
$$21^{56} \equiv 1 \ (\text{mod } 29) \qquad 21^2 \equiv 441$$
$$441 \equiv 6 \ (\text{mod } 29)$$

$$21^2 \times 21^{56} \equiv 6 \times 1 \pmod{29}$$
$$21^{58} \equiv 6 \pmod{29}$$

9. $47^{91} \pmod{31}$ കണ്ടുപിടിക്കുക.
$$47^{31-1} \equiv 1 \pmod{31}$$
$$47^{30} \equiv 1 \pmod{31}$$
$$(47^{30})^3 \equiv 1^3 \pmod{31}$$
$$47^{90} \equiv 1 \pmod{31}$$
$$47 \times 47^{90} \equiv 16 \times 1 \pmod{31} \qquad 47 \equiv 16 \pmod{31}$$
$$47^{91} \equiv 16 \pmod{31}$$

10. ഫെർമായുടെ ലിറ്റിൽ തിയറം ഉപയോഗിച്ച് $111^{141} \pmod{71}$ കണ്ടുപിടിക്കുക.
$$111^{71-1} \equiv 1 \pmod{71}$$
$$111^{70} \equiv 1 \pmod{71}$$
$$(111^{70})^2 \equiv 1^2 \pmod{71}$$
$$111^{140} \equiv 1 \pmod{71} \qquad 111 \equiv 40 \pmod{71}$$
$$111 \times 111^{140} \equiv 40 \times 1 \pmod{71}$$
$$111^{141} \equiv 40 \pmod{71}$$

കനക ചതുരം
(Golden Rectangle)

ഗണിതശാസ്ത്രജ്ഞന്മാരേയും കലാകാരന്മാരേയും എന്നും ആകർഷിച്ചുപോന്നിട്ടുള്ള ഒന്നാണ് കനകചതുരം. ചതുരങ്ങളിൽ വച്ചേറ്റവും മനോഹരമായതു കനകചതുരമാണ്. കനകചതുരത്തെ ചതുരങ്ങളുടെ റാണി എന്നു വിശേഷിപ്പിക്കാം.

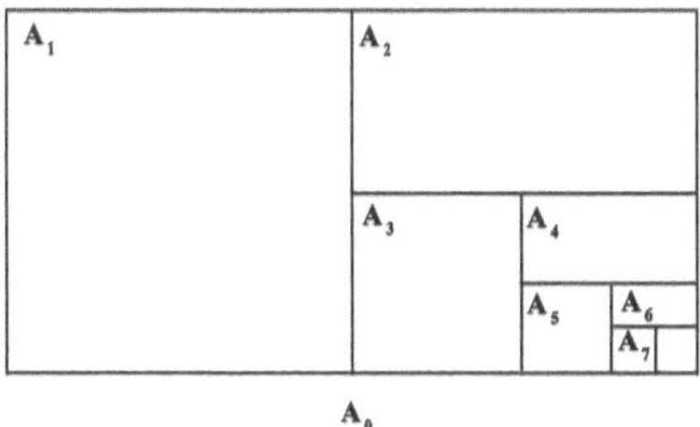

ഒരു A സൈസ് പേപ്പർ പലതവണ മധ്യത്തുകൂടി മടക്കിയതാണ് ചിത്രത്തിൽ കാണിച്ചിരിക്കുന്നത്. ആദ്യം A_1, A_2 എന്നീ ചതുരങ്ങൾ കിട്ടി. പിന്നെ A_2, A_3 ഇവ കിട്ടി. അതുകഴിഞ്ഞ് A_3, A_4 തുടർന്ന് A_4, A_5 ; A_5, A_6 ; A_6, A_7 എന്നിങ്ങനെ ചതുരങ്ങൾ കിട്ടുന്നു. ഈ ചതുരങ്ങളിൽ ഓരോ ജോടിയും അതുൾപ്പെടുന്ന വലിയ ചതുരത്തിന് ആനുപാതികമായിരിക്കും. അതായത് A_1, A_2 ഇവ അതുൾപ്പെടുന്ന വലിയ ചതുരത്തിനും A_2, A_3 ഇവ അതുൾപ്പെടുന്ന വലിയ ചതുരത്തിനും ആനുപാതികമായിരിക്കും. A_3, A_4 ; A_4, A_5 ; A_5, A_6 ; A_6, A_7 ഇങ്ങനെ ഓരോ ജോടിക്കും ഈ നിയമം ബാധകമാണ്.

A_4 സൈസ് പേപ്പർ പരിഗണിക്കാം. ഇതിന്റെ നീളം 297 മി.മീറ്ററും വീതി 210 മി.മീറ്ററും ആണ്. നീളവും വീതിയും തമ്മിലുള്ള അംശബന്ധം $\frac{297}{210}$ അഥവാ 1.4142 ആയിരിക്കും. ഒരു A സൈസ് പേപ്പർ ചിത്രത്തിൽ കാണുന്നതുപോലെ മടക്കിയാൽ കിട്ടുന്ന ഓരോ ചതുരത്തിന്റെയും നീളവും വീതിയും തമ്മിലുള്ള അംശബന്ധം 1.4142 ആയിരിക്കും. ചിത്രത്തിൽ A_3, A_5, A_6 തുടങ്ങി ഓരോന്നും ഇതേ അംശബന്ധത്തിൽ ആയിരിക്കും.

ഒരു A സൈസ് പേപ്പറിലെ 1.4142 എന്ന അംശബന്ധത്തിന്റെ രഹസ്യമെന്തെന്നു നോക്കാം. നമ്മൾ എടുക്കുന്ന ചതുരാകൃതിയിലുള്ള കടലാസു കഷണത്തിന്റെ വീതി 1 എന്നിരിക്കട്ടെ. നീളം നമുക്കറിയില്ല. x എന്നു സങ്കൽപ്പിക്കാം. അപ്പോൾ നീളവും വീതിയും തമ്മിലുള്ള അംശബന്ധം $\frac{x}{1}$ ആയിരിക്കും. ഈ ചതുരം വീണ്ടും മധ്യത്തുവച്ചു മടക്കിയാൽ നീളവും വീതിയും തമ്മിലുള്ള അംശബന്ധം $\frac{1}{\frac{1}{2}x}$ അഥവാ $\frac{2}{x}$ ആയിരിക്കും. A സൈസ് നിയമമനുസരിച്ച് ഈ രണ്ട് അംശബന്ധങ്ങളും തുല്യമായിരിക്കും. അതായത്

$$\frac{x}{1} = \frac{2}{x}$$
$$x^2 = 2$$
$$x = \sqrt{2}$$
$$x = 1.4142 \ (\text{ഏകദേശം})$$

ഇനി നമുക്ക് കനകചതുരങ്ങളിലേക്കു വരാം.

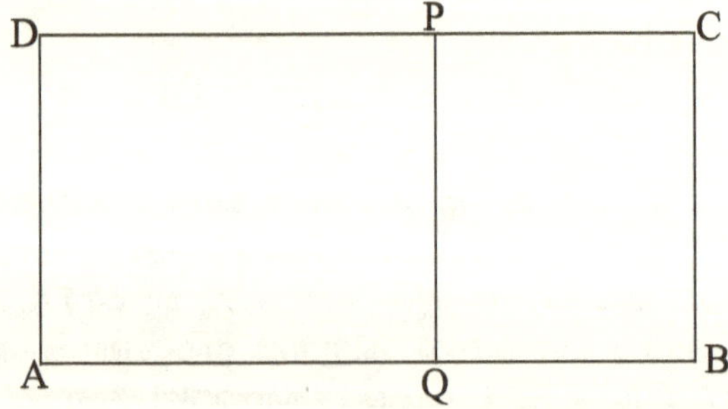

ABCD എന്ന ചതുരം പരിഗണിക്കുക. ഇതിന്റെ വീതി AD =BC=1 എന്നും നീളം AB=DC=X എന്നും സങ്കല്പിക്കുക.

ഒരു സമചതുരം ലഭിക്കത്തക്കവണ്ണം PQ വിലൂടെയാണ് ചതുരം മടക്കേണ്ടത്. ഇപ്പോൾ AQPD ഒരു സമചതുരവും QBCP ഒരു ചതുരവുമാണ്.

ഇപ്പോൾ കിട്ടിയ QBCP എന്ന ചെറിയ ചതുരം, ABCD എന്ന വലിയ ചതുരത്തിന് ആനുപാതികമായിരിക്കും എന്നുള്ളതാണ് കനകചതുരത്തിന്റെ പ്രത്യേകത.

വലിയ ചതുരത്തിന്റെ നീളവും വീതിയും തമ്മിലുള്ള അംശബന്ധം $\dfrac{x}{1}$ ആണ്. ചെറിയ ചതുരത്തിന്റെ നീളം 1 ഉം വീതി $x-1$ ഉം ആണ്. അപ്പോൾ അംശബന്ധം $\dfrac{1}{x-1}$ ആകും.

$$\dfrac{x}{1} = \dfrac{1}{x-1}$$
$$x(x-1) = 1$$
$$x^2 - x - 1 = 0$$

ഈ സമവാക്യം നിർദ്ധാരണം ചെയ്താൽ x ന്റെ ഏകദേശവില 1.618 എന്നു കിട്ടും. ഈ സംഖ്യക്കാണ് കനകാനുപാതം (Golden Ratio) എന്നു പറയുന്നത്. ഇതിനെ കുറിക്കാൻ ഗ്രീക്ക് അക്ഷരമാലയിലെ ϕ(phi) എന്ന അക്ഷരം ഉപയോഗിക്കുന്നു.

$$\phi = \dfrac{1+\sqrt{5}}{2}$$
$$= 1.61803398874989484820......$$

ഫിബോനാച്ചി ശ്രേണി നോക്കിയാൽ ഈ വിലയ്ക്ക് അതുമായുള്ള ബന്ധം മനസ്സിലാവും.

കനകചതുരം നിർമിക്കുന്നത് എങ്ങനെയെന്നു നോക്കാം. ആദ്യം 1 യൂണിറ്റ് വശമുള്ള ഒരു സമചതുരം നിർമ്മിക്കുക.

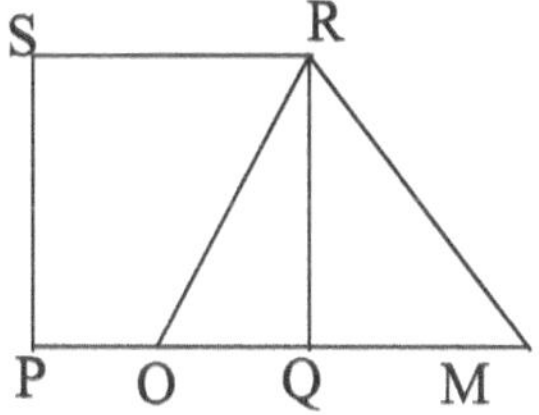

PQRS 1 യൂണിറ്റ് വശമുള്ള ഒരു സമചതുരമാണ്. PQ വിന്റെ മധ്യ ബിന്ദുവാണ് O. OR യോജിപ്പിക്കുക.

മട്ടത്രികോണം OQR ൽ

$$OQ = {}^{1}\!/_{2}$$
$$QR = 1$$

$$OR = \sqrt{(1/_2)^2 + 1^2}$$

$$= \frac{\sqrt{5}}{2}$$

O കേന്ദ്രമാക്കി OR ആരമായി ഒരു ചാപം വരയ്ക്കുക.

$$OR = OM = \frac{\sqrt{5}}{2}$$

$$PM = PO + OM$$

$$= 1/_2 + \frac{\sqrt{5}}{2}$$

$$= \frac{1 + \sqrt{5}}{2}$$

$$= \phi^2$$

PM ആണ് കനകചതുരത്തിന്റെ നീളം. PS വീതിയും. നീളവും വീതിയും അറിയാവുന്നതുകൊണ്ട് കനകചതുരം നിർമ്മിക്കാമല്ലോ.

ചുരുക്കത്തിൽ ഒരു ചതുരത്തിന്റെ നീളവും വീതിയും തമ്മിലുള്ള അംശബന്ധം ϕ ആയാൽ അത് കനകചതുരമായി. ഗണിതവിദ്യാർഥി കളെ മാത്രമല്ല, സംഗീതം,ചിത്രകല ശിൽപ്പവിദ്യ തുടങ്ങിയവ വിവിധ മേഖലകളിൽ പ്രവർത്തിക്കുന്നവരെയും എക്കാലവും ആകർഷിച്ചുപോ ന്നിട്ടുള്ള ഒന്നാണ് കനകചതുരം.

അസാധ്യമോ?

പ്രാചീനകാലത്ത് ഗ്രീക്കുകാരെ വിഷമിപ്പിച്ചിരുന്ന ചില പ്രശ്നങ്ങ ളുണ്ടായിരുന്നു. ഗണിതത്തിലെ ചില നിർമ്മിതികളായിരുന്നു അവ.

1. തന്നിരിക്കുന്ന ഒരുകോണിനെ മൂന്നു സമഭാഗങ്ങളാക്കുക.
2. ഒരുക്യൂബിന്റെ ഇരട്ടിവ്യാപ്തമുള്ള ക്യൂബ് നിർമ്മിക്കുക
3. വൃത്തത്തിനു തുല്യ വിസ്തീർണ്ണമുള്ള സമചതുരം നിർമ്മിക്കുക.
4. സമബഹുഭുജങ്ങൾ നിർമ്മിക്കുക.

ഗ്രീക്കുകാരുടെ കൈവശമുണ്ടായിരുന്നത് ലളിതമായ രണ്ട് ഉപകര ണങ്ങൾ മാത്രം ; അങ്കനം ചെയ്യാത്ത സ്കെയിലും കോമ്പസ്സും. പത്തൊ മ്പതാം നൂറ്റാണ്ടോടു കൂടി ആധുനിക ഗണിതശാസ്ത്രത്തിന് മുകളിൽ സൂചിപ്പിച്ച പ്രഹേളികയ്ക്ക് പരിഹാരം കാണാൻ കഴിഞ്ഞുവെങ്കിലും സ്കെയിലും കോമ്പസ്സും മാത്രം ഉപയോഗിച്ചുള്ള നിർമ്മിതി ഇന്നും ദുഷ്കരം തന്നെ.

നമുക്ക് ഒന്നാമത്തെ നിർമ്മിതിയിലേക്ക് മടങ്ങിവരാം. ആദ്യം ഒരു കോണിനെ സമഭാഗം ചെയ്യുന്നത് എങ്ങനെയെന്നു നോക്കാം.

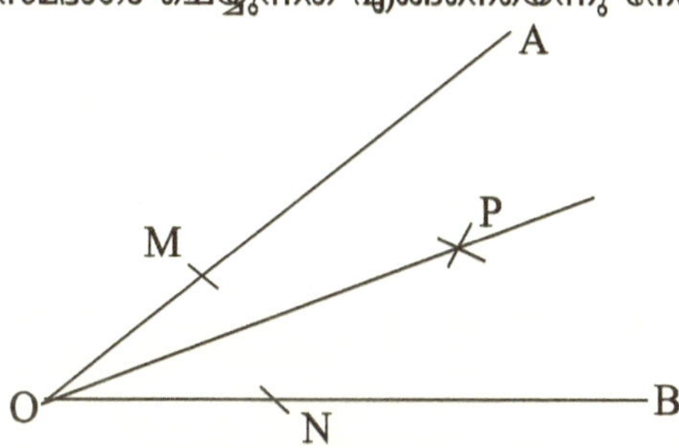

കോൺ AOB തന്നിരിക്കുന്നു. ഇതിനെ രണ്ടു തുല്യകോണുകളാ ക്കുകയാണ് നമ്മുടെ ജോലി. കോമ്പസ് O യിൽ ഉറപ്പിച്ച് തുല്യ അള വിൽ M, N ഇവ അടയാളപ്പെടുത്തുക. വീണ്ടും M, N ഇവ കേന്ദ്രങ്ങ ളാക്കി തുല്യ അളവിൽ വരയ്ക്കുന്ന ചാപങ്ങൾ P യിൽ സംഗമിക്കുന്നു. OP യാണ് കോൺ AOB യുടെ സമഭാജി. അതായത് കോൺ AOP, കോൺ BOP ഇവ തുല്യങ്ങളായിരിക്കും.

ഈ ഓരോ കോണുകളുടെയും സമഭാജികൾ തുടർന്നു വരയ്ക്കാം. അങ്ങനെ എത്ര വേണമെങ്കിലും ആവർത്തിക്കാം. എന്നാൽ നമുക്കു കോണിനെ മൂന്നു തുല്യഭാഗങ്ങളാക്കുകയാണ് വേണ്ടത്. മുകളിൽ കാണിച്ച ക്രിയ തുടർന്നതുകൊണ്ട് അതു സാധ്യമാവുകയില്ല.

90 ഡിഗ്രി പോലെയുള്ള അപൂർവം ചില സന്ദർഭങ്ങളിൽ കോണിനെ മൂന്നായി ഭാഗിക്കാൻ കഴിയുമെങ്കിലും പൊതുവെ പറഞ്ഞാൽ സ്കെയിലും കോമ്പസ്സും മാത്രമുപയോഗിച്ച് ഒരു കോണിനെ മൂന്നുതു ല്യഭാഗങ്ങളാക്കാൻ സാധ്യമല്ല.

ക്യൂബ് ഇരട്ടിപ്പിക്കലാണ് രണ്ടാമത്തേത്. പ്ലേഗ് ബാധിതരായി ദുരിതമനുഭവിച്ചുകൊണ്ടിരുന്ന ഗ്രീക്കുകാർ പരിഹാരം തേടി ക്ഷേത്രത്തി ലെത്തിയപ്പോൾ വെളിപാടുണ്ടായത്രെ. ഇപ്പോഴുള്ളതിന്റെ ഇരട്ടി വ്യാപ്ത മുള്ള ഒരു അൾത്താര പണിയാൻ.

അതെങ്ങനെ പറ്റും? ക്യൂബ് ആകൃതിയിൽ നിലവിലുള്ള അൾത്താരയുടെ ഒരു വശം a എന്നു കരുതുക. അപ്പോൾ വ്യാപ്തം a^3. പുതുതായി പണിയുന്നതിന്റെ ഒരു വശം b എന്നിരിക്കട്ടെ. വ്യാപ്തം b^3.

$$b^3 = 2a^3$$

$$b = \sqrt[3]{2}\, a$$

ആദ്യത്തെ ക്യൂബിന്റെ ഒരു വശം 1 യൂണിറ്റ് എന്നെടുത്താൽ രണ്ടാ മത്തേതിന്റെ ഒരു വശം $\sqrt[3]{2}$ ആവണം. ഏതു സംഖ്യ മൂന്നുപ്രാവശ്യം ഗുണിച്ചാലാണോ 2 കിട്ടുക, ആ സംഖ്യയാണ് $\sqrt[3]{2}$ ന്റെ വില. അങ്കനം ചെയ്യാത്ത സ്കെയിലും കോമ്പസ്സും മാത്രമുപയോഗിച്ച് ആ നീളത്തിൽ ഒരു രേഖ വരയ്ക്കാൻ ഗ്രീക്കുകാർക്കു കഴിയുമായിരുന്നില്ല.

വൃത്തത്തെ സമചതുരമാക്കുന്നതെങ്ങനെയെന്നു നോക്കാം.ത ന്നിരിക്കുന്ന വൃത്തത്തിന്റെ അതേ വിസ്തീർണ്ണമുള്ള സമചതുരം നിർമ്മി ക്കണം. ഇംഗ്ലീഷിൽ 'സ്ക്വയറിംഗ് ദ സർക്കിൾ' (Squaring the circle) എന്നത് അസാധ്യമായതിനെ കുറിക്കുന്ന ഒരു പ്രയോഗമായി മാറിയിട്ടുണ്ട്.

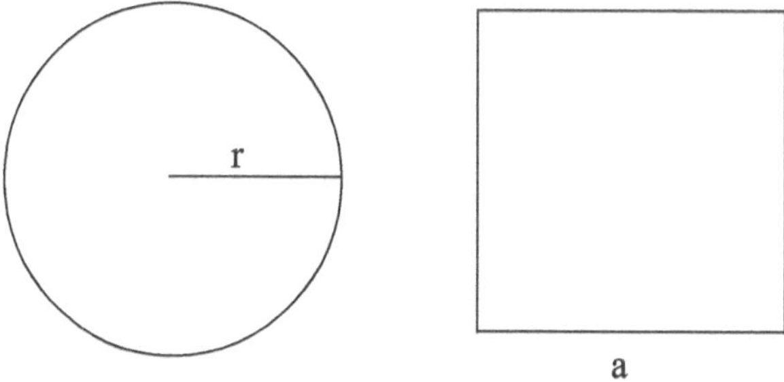

വൃത്തത്തിന്റെ വിസ്തീർണ്ണം πr^2. സമചതുരത്തിന്റെ വിസ്തീർണ്ണം.

$$a^2$$

$$a^2 = \pi r^2$$

$$a = \sqrt{\pi}\, r$$

$r = 1$ ആയാൽ സമചതുരത്തിന്റെ വശം $\sqrt{\pi}$ ആയിരിക്കും. π ഒരു അഭിന്നകം മാത്രമല്ല, അതീതസംഖ്യ (transcendental number) യുമാണ്. അപ്പോൾ ആ നീളത്തിൽ സമചതുരം നിർമ്മിക്കാൻ കഴിയില്ല.

ബഹുഭുജങ്ങളുടെ നിർമ്മിതിയെപ്പറ്റി യൂക്ലിഡ് (Euclid) എലിമെന്റ് സ് (Elements) എന്ന ഗ്രന്ഥത്തിൽ വിവരിക്കുന്നുണ്ട്. ബഹുഭുജത്തിന്റെ വശ ങ്ങളുടെ എണ്ണം 3, 4, 5, 6 എന്നിങ്ങനെ ആയാൽ വശങ്ങളും കോണു കളും തുല്യമായ ബഹുഭുജം അതായത് സമബഹുഭുജം നിർമ്മിക്കാൻ കഴിയും.

P വശങ്ങളുള്ള ബഹുഭുജങ്ങൾ നിർമ്മിക്കുന്നതിനെപ്പറ്റി ചിന്തിക്കാം. P ഒരു അഭാജ്യ സംഖ്യയാണെന്നിരിക്കട്ടെ.

P യുടെ 3, 5 എന്നീ വിലകൾക്ക് ബഹുഭുജങ്ങൾ നിർമ്മിക്കാൻ കഴിയുമെന്ന് യൂക്ലിഡ് തെളിയിച്ചു. $P = 7$ ആയാലോ? 7 വശങ്ങളുള്ള സമബഹുഭുജം നിർമ്മിക്കാൻ കഴിയില്ലെന്ന് കാൾ ഫ്രെഡറിക് ഗൗസ് (Carl Friedrich Gauss) പതിനേഴാം വയസ്സിൽ തെളിയിക്കുകയുണ്ടായി. മാത്രമല്ല P യുടെ 11, 13 എന്നീ വിലകൾക്കും ബഹുഭുജം നിർമ്മിക്കാൻ കഴിയില്ലെന്ന് അദ്ദേഹം തെളിയിച്ചു.

എന്നാൽ $P = 17$ ആയാൽ ബഹുഭുജം നിർമ്മിക്കാമെന്നുള്ളത് ഗൗസിന്റെ ഏറെ പ്രശസ്തമായ ഒരു കണ്ടുപിടിത്തമാണ്. ജർമ്മനിയിലെ ഗേറ്റിംഗൻ (Göttingen) എന്ന സ്ഥലത്തു സ്ഥിതി ചെയ്യുന്ന അദ്ദേഹ ത്തിന്റെ സ്മാരകത്തിന് 17 വശങ്ങളുണ്ടായത് യാദൃശ്ചികമല്ല.

അഭാജ്യസംഖ്യ $P = 2^{2^{n}} + 1$ എന്ന രൂപത്തിലുള്ളതാണെങ്കിൽ മാത്രമെ ബഹുഭുജം വരയ്ക്കാൻ കഴിയുകയുള്ളു എന്ന് ഗൗസ് സ്ഥാപിച്ചു. n =

0, 1, 2, 3, 4 എന്നീ വിലകൾക്ക് P യുടെ വിലകൾ 3, 5, 17, 257, 65537 എന്നിങ്ങനെ ആയിരിക്കും. P യുടെ ഈ വിലകൾ ഫെർമാ സംഖ്യകൾ (Fermat numbers) എന്നാണ് അറിയപ്പെടുന്നത്.

n = 5 ആകുമ്പോൾ ഫെർമാ സംഖ്യ $P = 2^{32} + 1 = 4,294,967,297$ എന്നുകിട്ടും. P യുടെ എല്ലാ വിലകളും അഭാജ്യസംഖ്യകളായിരിക്കുമെന്നാണ് ഫെർമായുടെ അനുമാനമെങ്കിലും ഇത് ഒരു അഭാജ്യസംഖ്യയല്ല. $4,294,967,297$ നെ $641 \times 6,700,417$ എന്നെഴുതാം. n = 6, 7 എന്നീ വിലകൾക്കും P അഭാജ്യസംഖ്യയല്ലെന്നു കാണാം.

n ന്റെ ഏതു വിലയ്ക്കാണ് ഇനി ഫെർമാ സംഖ്യ അഭാജ്യമാവുക? അങ്ങനെയൊരു സംഖ്യ ഇല്ലെന്നാണു പൊതുധാരണയെങ്കിലും തീർത്തു പറയാറായിട്ടില്ല.

ഗണിതത്തിലെ അഞ്ച് അത്ഭുതങ്ങൾ
എം ആർ സി നായർ

ഓയിലറും നെപ്പോളിയനും

ലിയൊനാർഡ് ഓയിലർ (Leonhard Euler, 1707-1783) എന്ന സ്വിസ് ഗണിതശാസ്ത്രജ്ഞന്റെയും നെപ്പോളിയൻ ബോണപ്പാർട്ട് (Napoleon Bonaparte) എന്ന ഫ്രഞ്ച് ചക്രവർത്തിയുടെയും പേരിൽ അറിയപ്പെടുന്ന രണ്ടു സിദ്ധാന്തങ്ങളാണ് നമ്മളിവിടെ ചർച്ച ചെയ്യാൻ പോകുന്നത്.

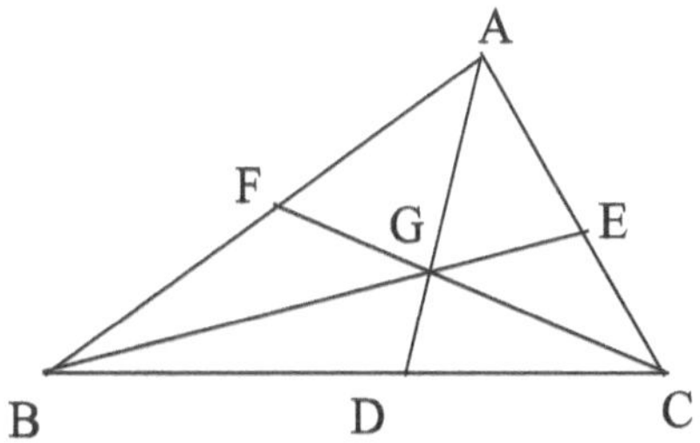

A, B, C എന്ന ത്രികോണത്തിൽ വശങ്ങൾ BC, CA, AB ഇവയുടെ മധ്യബിന്ദുക്കളാണ് D, E, F. AD, BE, CF ഇവ യോജിപ്പിക്കുക. മൂന്നും ഒരേ ബിന്ദുവിൽ സംഗമിക്കുന്നതായി കാണാം. ചിത്രത്തിൽ G എന്ന ബിന്ദു കാണുക. ഈ ബിന്ദുവിന് ത്രികോണത്തിന്റെ സെൻട്രോയ്ഡ് (Centroid) എന്നാണു പേര്.

ഇനി ത്രികോണം ABC യുടെ A, B,C എന്നീ ശീർഷങ്ങളിൽനിന്നും എതിർവശങ്ങളിലേക്ക് ലംബങ്ങൾ വരച്ചിരിക്കുന്നു.

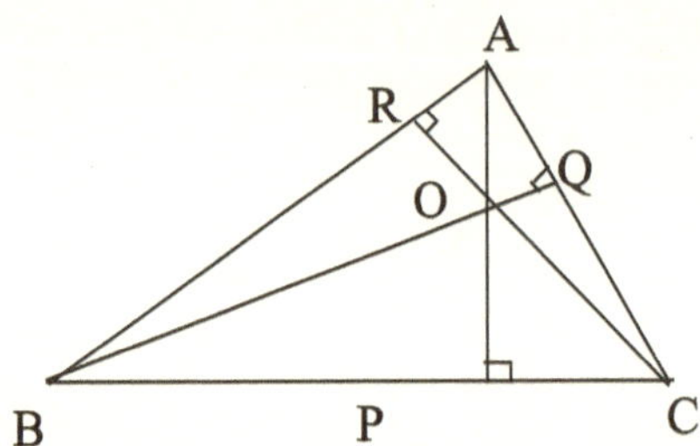

AP, BQ, CR ഇവ ത്രികോണത്തിന്റെ ഉന്നതികളാണ്. ഇവയും ഒരേ ബിന്ദുവിൽ സംഗമിക്കും.ചിത്രത്തിൽ O കാണുക. ഈ ബിന്ദുവിന് ത്രികോണത്തിന്റെ ഓർതോ സെന്റർ (orthocentre) എന്നു പറയുന്നു.

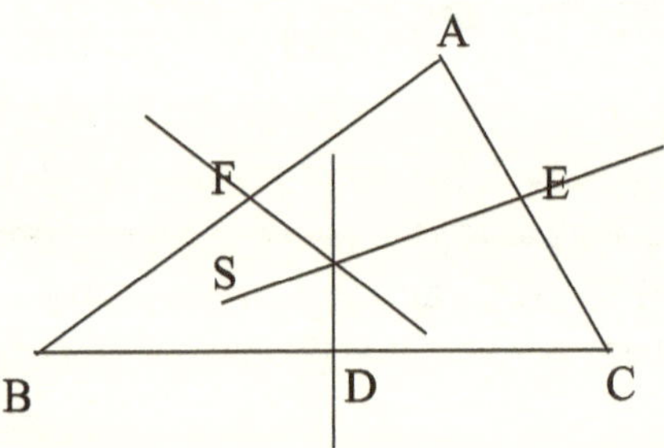

വശങ്ങളുടെ മധ്യബിന്ദുക്കളായ D, E, F എന്നിവിടങ്ങളിലൂടെ വര ച്ചിരിക്കുന്ന ലംബങ്ങൾ S ൽ സംഗമിക്കുന്നു. ത്രികോണത്തിന്റെ വശങ്ങ ളുടെ ലംബസമഭാജികൾ സംഗമിച്ചിരിക്കുന്ന ബിന്ദുവാണ് S. ഈ ബിന്ദു വാണ് ത്രികോണത്തിന്റെ സർക്കംസെന്റർ (Circumcentre) അഥവാ പരി വൃത്തകേന്ദ്രം. A, B, C എന്നീബിന്ദുക്കളിലൂടെ കടന്നുപോകുന്ന വൃത്ത ത്തിന്റെ കേന്ദ്രം S ആയിരിക്കും.

ഒരു ത്രികോണത്തിന്റെ സെൻട്രോയ്ഡ്, ഓർതോ സെന്റർ, സർക്കം സെന്റർ എന്നീ മൂന്നു ബിന്ദുക്കളും ഒരേ രേഖയിൽ സ്ഥിതിചെയ്യുന്നു. അതായത് ഏതൊരു ത്രികോണത്തിലും G, O, S ഒരേരേഖയിലായിരി ക്കും. ഈ രേഖയ്ക്കാണ് ഓയ്‌ലർ ലൈൻ (Euler Line) എന്നു പറയു ന്നത്. സമഭുജത്രികോണങ്ങളിൽ ഈ മൂന്നു ബിന്ദുക്കളും ഒന്നുതന്നെ യാണ്. ഈ ബിന്ദുവിന് ത്രികോണത്തിന്റെ സെന്റർ (Centre) എന്നു പറയുന്നു.

ഇനി നെപ്പോളിയൻ തിയറത്തിലേക്കു വരാം.

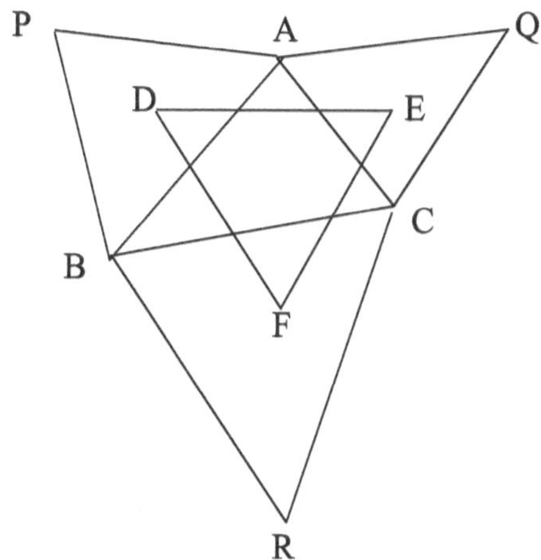

ചിത്രത്തിൽ ത്രികോണം ABC കാണുക. ഇതാണ് തന്നിരിക്കുന്ന ത്രികോണം. ഇതിന്റെ മൂന്നു വശങ്ങളിൽ ഓരോന്നും പാദമായി സമ ഭുജ ത്രികോണങ്ങൾ നിർമ്മിക്കുന്നു. ABP, ACQ, BCR ഇവ സമഭുജ ത്രികോണങ്ങളാണ്. ഈ ത്രികോണങ്ങളിൽ ഓരോന്നിന്റെയും സെന്റർ (Centre) ആണ് D,E,F എന്നീ ബിന്ദുക്കൾ. DEF യോജിപ്പിച്ചാൽ കിട്ടു ന്നത് ഒരു സമഭുജത്രികോണമായിരിക്കും. ഇതാണ് നെപ്പോളിയൻ തിയറം (Napoleon's Theorem)

നെപ്പോളിയന്റെ മരണശേഷം ഒരു ഇംഗ്ലീഷ് പ്രസിദ്ധീകരണത്തി ലാണ് ഇത് അച്ചടിച്ചു വന്നത്. എന്നാൽ ഈ സിദ്ധാന്തം അറിയപ്പെടു ന്നത് നെപ്പോളിയന്റെ പേരിലല്ല എന്നുള്ളതാണ് ഏറെ ഖേദകരം.

കാൽക്കുലേറ്ററും ശിഷ്ടവും

കാൽക്കുലേറ്റർ ഉപയോഗിക്കുമ്പോൾ രണ്ടു സംഖ്യകൾ തമ്മിൽ ഹരിച്ചു കിട്ടുന്ന ശിഷ്ടം ദശാംശരൂപത്തിലാണ് ലഭിക്കുക. ഉദാഹരണ ത്തിന് 27 ÷ 4 = 6.75. ഇവിടെ ശിഷ്ടം പൂർണസംഖ്യാരൂപത്തിലല്ല ലഭി ച്ചിരിക്കുന്നത്. അപ്പോൾ പൂർണസംഖ്യ കിട്ടാൻ എന്തു ചെയ്യണം?

$$r = a - \text{int}(a \div b) \times b$$

മുൻ ഉദാഹരണത്തിൽ a=27, b=4   r ശിഷ്ടത്തെ കുറിക്കുന്നു.

$\text{int}(a \div b)$ എന്നതിനർഥം 6.75നു താഴെ വരുന്ന ഏറ്റവും വലിയ പൂർണസംഖ്യ എന്നതാണ്. ഇവിടെ 6.

$$r = a - \text{int}(a \div b) \times b$$
$$= 27 - 6 \times 4$$
$$= 27 - 24 = 3$$

അതായത് 27 നെ 4 കൊണ്ടു ഹരിച്ചാൽ ശിഷ്ടം 3. ചില ഉദാഹര ണങ്ങൾ കൂടി പരിശോധിക്കാം.

1. 456 നെ 7 കൊണ്ട് ഹരിച്ചാൽ ശിഷ്ടമെന്ത്?

$$456 \div 7 \qquad = 65.142...$$
$$a \qquad = 456$$
$$b \qquad = 7$$
$$\text{int}(a \div b) \qquad = 65$$
$$r \qquad = a - \text{int}(a \div b) \times b$$
$$= 456 - 65 \times 7$$
$$= 456 - 455$$
$$= 1$$

2. 17324 നെ 13 കൊണ്ട് ഹരിച്ചാൽ ശിഷ്ടമെന്ത്?

$17324 \div 13 = 1332.615...$
$a = 17324$
$b = 13$
$int(a \div b) = 1332$
$r = a - int(a \div b) \times b$
$= 17324 - 1332 \times 13$
$= 17324 - 17316$
$= 8$

3. 47326 നെ 17 കൊണ്ട് ഹരിച്ചാൽ ശിഷ്ടമെത്ര?

$47326 \div 17 = 2783.882...$
$a = 47326$
$b = 17$
$int(a \div b) = 2783$
$r = a - int(a \div b) \times b$
$= 47326 - 2783 \times 17$
$= 47326 - 47311$
$= 15$

4. 8832 നെ 41 കൊണ്ട് ഹരിച്ചാൽ ശിഷ്ടമെന്ത്?

$8832 \div 41 = 215.414...$
$a = 8832$
$b = 41$
$int(a \div b) = 215$
$r = a - int(a \div b) \times b$
$= 8832 - 215 \times 41$
$= 8832 - 8815$
$= 17$

5. a = 30392, b = 67 ആയാൽ a യെ b കൊണ്ട് ഹരിച്ചു കിട്ടുന്ന ശിഷ്ടം കണ്ടുപിടിക്കുക.

$30392 \div 67 = 453.611...$
$a = 30392$
$b = 67$
$int(a \div b) = 453$
$r = a - int(a \div b) \times b$
$= 30392 - 453 \times 67$
$= 30392 - 30351$
$= 41$

6. -4836 നെ 142 കൊണ്ട് ഹരിച്ചാൽ ശിഷ്ടമെത്ര?

$-4836 \div 142 = -34.056...$
$a = -4836$
$b = 142$
$int(a \div b) = -35$

- 34.056 നു താഴെ വരുന്ന ഏറ്റവും വലിയ പൂർണസംഖ്യ -35 ആണ്.

$$r = a\text{-}int(a \div b) \times b$$
$$= -4836 - (-35 \times 142)$$
$$= -4836 + 4970$$
$$= 134$$

7. -53185 നെ 432 കൊണ്ട് ഹരിച്ചാൽ ശിഷ്ടമെന്തായിരിക്കും?

$$-53185 \div 432 = -123.113\ldots$$
$$a = -53185$$
$$b = 432$$
$$int(a \div b) = -124$$
$$r = a\text{-}int(a \div b) \times b$$
$$= -53185 - (-124 \times 432)$$
$$= -53185 + 53568$$
$$= 383$$

8. -4882 നെ 23 കൊണ്ട് ഹരിച്ചാൽ ശിഷ്ടമെത്ര?

$$-4882 \div 23 = -212.260\ldots$$
$$a = -4882$$
$$b = 23$$
$$int(a \div b) = -213$$
$$r = a\text{-}int(a \div b) \times b$$
$$= -4882 - (-213 \times 23)$$
$$= -4882 + 4899$$
$$= 17$$

9. -7349 നെ 113 കൊണ്ട് ഹരിച്ചാൽ ശിഷ്ടം എന്ത്?

$$-7349 \div 113 = -65.035\ldots$$
$$a = -7349$$
$$b = 113$$
$$int(a \div b) = -66$$
$$r = a\text{-}int(a \div b) \times b$$
$$= -7349 - (-66 \times 113)$$
$$= -7349 + 7458$$
$$= 109$$

10. 493764 നെ 97 കൊണ്ട് ഹരിച്ചാൽ ശിഷ്ടമെന്തായിരിക്കും?

$$493764 \div 97 = 5090.350\ldots$$
$$a = 493764$$
$$b = 97$$
$$int(a \div b) = 5090$$
$$r = a\text{-}int(a \div b) \times b$$
$$= 493764 - 5090 \times 97$$
$$= 493764 - 493730$$
$$= 34$$

ത്രികോണസംഖ്യകൾ
(Triangular Numbers)

ത്രികോണാകൃതിയിൽ വിന്യസിക്കാവുന്ന സംഖ്യകളാണ് ത്രികോ
ണസംഖ്യകൾ. 1, 3, 6, 10, 15, 21, 28, 36, 45, 55, 66, 78, 91, 105, 120, 136, 153, 171, 190, ...എന്നിങ്ങനെ പോകുന്നു സംഖ്യാശ്രേണി.

$\dfrac{n\,(n+1)}{2}$ എന്ന വാക്യമുപയോഗിച്ച് ഏതു ത്രികോണസംഖ്യയും കണ്ടുപിടിക്കാം. ഉദാഹരണത്തിന് 100-ാമത്തെ ത്രികോണസംഖ്യ കണ്ടു പിടിക്കണമെന്നിരിക്കട്ടെ. വാക്യത്തിൽ n ന് 100 എന്ന് വില കൊടുത്താൽ മതിയാവും.

$$\frac{n\,(n+1)}{2} = \frac{100 \times 101}{2}$$
$$= 5050$$

അതായത് 100-ാമത്തെ ത്രികോണസംഖ്യ 5050 ആയിരിക്കും.

36-ാ മത്തെ ത്രികോണസംഖ്യ കണ്ടുപിടിച്ചാൽ നല്ല രസമുള്ള ഒരു ത്തരം കിട്ടും; 666. വെളിപാടുപുസ്തകത്തിലെ (Book of Revelation) മൃഗത്തിന്റെ നമ്പറാണിത്. ഇതുപോലെ 666-ാമത്തെ ത്രികോണ സംഖ്യയും മനോഹരമായ ഒന്നാണ്; 222, 111.

ത്രികോണസംഖ്യകളുടെ മറ്റൊരു പ്രത്യേകത കേൾക്കുക. അടു ത്തടുത്തുള്ള രണ്ടു ത്രികോണസംഖ്യകളുടെ തുക ഒരു പൂർണവർഗമാ

യിരിക്കും. ഉദാഹരണങ്ങൾ കാണുക.

$$1+3 = 4$$
$$3+6 = 9$$
$$6+10 = 16$$
$$10+15 = 25$$
$$15+21 = 36$$
$$21+28 = 49$$
$$28+36 = 64$$
$$36+45 = 81$$
$$45+55 = 100$$

ചുവടെ കാണുന്ന പട്ടികയിൽ ത്രികോണസംഖ്യകളെ 8 കൊണ്ടു ഗുണിച്ച് 1 കൂട്ടിയിരിക്കുന്നു. ഉത്തരം എല്ലായ്പ്പോഴും ഒരു ഒറ്റ പൂർണ വർഗസംഖ്യയാണെന്ന വസ്തുത ശ്രദ്ധിക്കുക.

$$1 \times 8 + 1 = 9$$
$$3 \times 8 + 1 = 25$$
$$6 \times 8 + 1 = 49$$
$$10 \times 8 + 1 = 81$$
$$15 \times 8 + 1 = 121$$
$$21 \times 8 + 1 = 169$$
$$28 \times 8 + 1 = 225$$
$$36 \times 8 + 1 = 289$$
$$45 \times 8 + 1 = 361$$
$$55 \times 8 + 1 = 441$$

ത്രികോണ സംഖ്യകളെ $T_1, T_2, T_3, T_4, \ldots$ എന്നിങ്ങനെ സൂചി പ്പിച്ചാൽ T_n എന്നു പറയുന്നത് n-ാമത്തെ ത്രികോണസംഖ്യയാണ്. ത്രികോണസംഖ്യകളെ സംബന്ധിച്ച് താഴെ കാണുന്ന സമവാക്യം ശരി യാണെന്നു കാണാം.

$$T_{n+1}^2 - T_n^2 = (n+1)^3$$

$n = 1$	9-1	2^3
$n = 2$	36-9	3^3
$n = 3$	100-36	4^3
$n = 4$	225-100	5^3
$n = 5$	441-225	6^3
....	....	....

ഇതിൽനിന്നും താഴെ പറയുന്ന നിഗമനത്തിൽ എത്താം. ആദ്യത്തെ n ക്യൂബുകളുടെ തുക n-ാമത്തെ ത്രികോണസംഖ്യയുടെ വർഗത്തിനു തുല്യമായിരിക്കും.

ആദ്യത്തെ 3 ക്യൂബുകളുടെ തുക 3-ാമത്തെ ത്രികോണ സംഖ്യ യുടെ വർഗത്തിനു തുല്യമാണോ എന്നു പരിശോധിക്കാം.

$$1^3 + 2^3 + 3^3 = 1+8+27$$
$$= 36$$

3-ാമത്തെ ത്രികോണ സംഖ്യയുടെ വർഗം

$$= 6^2$$
$$= 36$$

ഒരു ഉദാഹരണം കൂടി നോക്കാം. ആദ്യത്തെ 4 ക്യൂബുകളുടെതുക കാണാം.

$$1^3+2^3+3^3+4^3 = 100$$

4-ാമത്തെ ത്രികോണസംഖ്യയുടെ വർഗവും $10^2 = 100$ തന്നെ.

ഇനി ത്രികോണസംഖ്യകളിലെ പദങ്ങളുടെ തുക പരിശോധിച്ചാൽ താഴെ കാണുന്ന പ്രത്യേകതകൾ മനസ്സിലാക്കാം.

1. $T_1+T_2+T_3 = T_4$

 $1+3+6 = 10$

2. $T_5+T_6+T_7+T_8 = T_9+T_{10}$

 $15+21+28+36 = 45+55$

 $100 = 100$

3. $T_{11}+T_{12}+T_{13}+T_{14}+T_{15} = T_{16}+T_{17}+T_{18}$

 $66+78+91+105+120 = 136+153+171$

 $460 = 460$

രണ്ടു ത്രികോണസംഖ്യകളുടെ തുക മറ്റൊരു ത്രികോണസംഖ്യ ആണെന്നു വരാം. അതുപോലെ അവ തമ്മിലുള്ള വ്യത്യാസവും ത്രികോ ണസംഖ്യയാവാം. ഇങ്ങനെ ത്രികോണസംഖ്യകളിൽ തുകയും വ്യത്യാസവും ത്രികോണ സംഖ്യകളായി വരുന്ന ആദ്യത്തെ ജോടി 15, 21 ഇവയാണ്.

 $15 + 21 = 36$

 $21 - 15 = 6$

36 ഉം 6 ഉം ത്രികോണ സംഖ്യകളാണ് 15 ഉം 21 ഉം കഴിഞ്ഞാൽ അടുത്ത ജോടി 780, 990 മാത്രമാണ്. ഈ പ്രത്യേകതകളുള്ള പിന്നത്തെ

ജോടി വളരെ അകലെയാണ്. ഏഴക്കസംഖ്യകൾ വരും. (1,747,515 ; 2,185,095)

മറ്റൊരു പ്രത്യേകത ഏതൊരു സംഖ്യയേയും പരമാവധി മൂന്നു ത്രികോണസംഖ്യകളുടെ തുകയായി എഴുതാം എന്നുള്ളതാണ്.

11	= 10+1
17	= 10+6+1
32	= 21+10+1
36	= 21+15
47	= 36+10+1

ചാൾസ് ട്രിഗ് (Charles Trigg) എന്ന ഗണിതശാസ്ത്രജ്ഞൻ $T_{1,111}$, $T_{111,111}$ ഇവയുടെ പ്രത്യേകതകൾ കണ്ടെത്തിയിട്ടുണ്ട്. 1111-ാം പദം അഥവാ T_{1111}, 617, 716 ആണ്.

$$T_{1111} = 617,716$$

$$T_{111,111} = 6,172,882,716$$

ഇവ പാലിൻഡ്രോമിക് സംഖ്യകൾ (Palindromic numbers) ആണല്ലോ. അതായത് ഇടത്തുനിന്നു വലത്തോട്ടു വായിച്ചാലും വലത്തു നിന്ന് ഇടത്തോട്ട് വായിച്ചാലും ഒരേ സംഖ്യതന്നെ.

$$T_{36} = 666$$

$$T_{77} = 3003$$

$$T_{2662} = 3,544,453$$

ഇവയെല്ലാം പാലിൻഡ്രോമിക് ത്രികോണസംഖ്യകൾ (Palindromic Triangular Numbers) ആണ്.

ഫിബോനാച്ചി ശ്രേണി
(Fibonacci sequence)

ഫിബോനാച്ചി ഇറ്റലിയിൽ ജനിച്ചു. 1170–1250 ആണ് അദ്ദേഹത്തിന്റെ ജീവിതകാലം. പിസയിലെ ലിയോനാർഡോ (Leonardo of Pisa)ആണ് പിൽക്കാലത്ത് ഫിബോനാച്ചി എന്ന പേരിൽ അറിയപ്പെട്ടത്.

ഫിബോനാച്ചി ശ്രേണിയുടെ പ്രത്യേകതകൾ

1. 1, 1, 2, 3, 5, 8, 13, 21, 34, 55, 89, ...
   എന്ന ശ്രേണിയാണ് ഫിബോനാച്ചി ശ്രേണി എന്ന പേരിൽ അറി യപ്പെടുന്നത്. ഇവിടെ തുടർച്ചയായ രണ്ടു സംഖ്യകളുടെ തുക യാണ് അടുത്ത സംഖ്യ.

   $$1 + 1 \quad = 2$$
   $$1 + 2 \quad = 3$$
   $$2 + 3 \quad = 5$$
   $$3 + 5 \quad = 8$$
   $$5 + 8 \quad = 13$$

2. ഈ ശ്രേണിയിലെ ഓരോ പദത്തിൽനിന്നും അതിനുതൊട്ടുമു മ്പുള്ള പദം കുറച്ചാൽ കിട്ടുന്നത് ഫിബോനാച്ചി ശ്രേണി തന്നെ യായിരിക്കും.

   1, 1, 2, 3, 5, 8, 13, 21, 34, 55, 89, ...
     1, 1, 2, 3, 5, 8, 13, 21, 34, 55, ...
   ____
       1, 1, 2, 3, 5, 8, 13, 21, 34, ...

3. ഫിബോനാച്ചി ശ്രേണിയിലെ തുടർച്ചയായ രണ്ടു പദങ്ങളുടെ ഗുണനഫലം അവയ്ക്കിരുവശവുമുള്ള സംഖ്യകളുടെ ഗുണന ഫലത്തോട് ± 1 കൂട്ടുന്നതായിരിക്കും.

ഉദാഹരണത്തിന് 3 X 5 = 15. ഇരുവശവുമുള്ള സംഖ്യകളുടെ ഗുണ നഫലം 2 X 8 = 16. 16 ൽ നിന്ന് 1 കുറച്ചാൽ 15 കിട്ടും.

ഇതുപോലെ 5 X 8 = 40. ഇരുവശവുമുള്ള സംഖ്യകളുടെ ഗുണന ഫലം 3X13 = 39. 39 നോട് 1 കൂട്ടിയാൽ 40 കിട്ടും.

4. ഈ ശ്രേണിയിലെ അടുത്തടുത്ത രണ്ടു സംഖ്യകൾക്ക് പൊതു ഘടകമായി 1 മാത്രമേ ഉണ്ടാവുകയുള്ളൂ. ഉദാഹരണമായി 1, 2 ഇവ എടുക്കുക. പൊതുഘടകം 1. അതുപോലെ അടുത്ത ജോടി യായ 2,3 ന്റെയും പൊതുഘടകം 1 തന്നെ. തുടർന്നു വരുന്ന 3, 5; 5,8; 8;13; തുടങ്ങിയ ജോടികൾക്കെല്ലാം പൊതുഘടകമായി 1 മാത്രമേയുള്ളൂ.

5. മൂന്നാം പദം, ആറാം പദം, ഒൻപതാം പദം എന്നിങ്ങനെ 3 ന്റെ ഗുണിതങ്ങളായി വരുന്ന പദങ്ങളെല്ലാം ഇരട്ടസംഖ്യകളായി രിക്കും.

മൂന്നാം പദം	– 2
ആറാം പദം	– 8
ഒമ്പതാം പദം	– 34
പന്ത്രണ്ടാം പദം	– 144 എന്നിങ്ങനെ പോകും.

6. ശ്രേണി വലുതാവും തോറും ഫിബോനാച്ചി ശ്രേണിയിലെ അടു ത്തടുത്ത രണ്ടു പദങ്ങളുടെ അംശബന്ധം കനകാംശബന്ധ ത്തോട് (Golden Ratio) അടുത്തു വരും. അതായത് $\frac{1}{1}, \frac{2}{1}, \frac{3}{2}, \frac{5}{3}, \frac{8}{5}, \frac{13}{8}$ ....എന്നു തുടർന്നാൽ വില $\frac{1}{2}(\sqrt{5}+1)$ നോട് അടു ക്കും.

7. ഫിബോനാച്ചി ശ്രേണിയിലെ പദങ്ങളെ u_1, u_2, u_3 ..... u_n എന്നു സൂചിപ്പിച്ചാൽ $u_{2n+2}\ u_{2n-1} — u_{2n}\ u_{2n+1} = 1$ ആയിരിക്കും. പട്ടിക കാണുക.

n	u_{2n+2}	u_{2n-1}	u_{2n}	u_{2n+1}	$u_{2n+2}\ u_{2n-1} — u_{2n}\ u_{2n+1}$
1	$u_4=3$	$u_1=1$	$u_2=1$	$u_3=2$	3 x1 – 1x2 = 3-2 =1
2	$u_6=8$	$u_3=2$	$u_4=3$	$u_5=5$	8 x2 – 3x5 = 16-15 =1
3	$u_8=21$	$u_5=5$	$u_6=8$	$u_7=13$	21 x5 – 8x13 = 105-104 =1
4	$u_{10}=55$	$u_7=13$	$u_8=21$	$u_9=34$	55 x13 – 21x34 = 715-714 =1

8. പദങ്ങളെ $u_1, u_2, u_3, ... u_n$ എന്നു സൂചിപ്പിച്ചാൽ $u_{2n-1}\ u_{2n+5}$ എല്ലാ യ്പ്പോഴും രണ്ടു വർഗങ്ങളുടെ തുകയായിരിക്കും.

n	u_{2n-1}	u_{2n+5}	$u_{2n-1} \quad u_{2n+5}$
1	$u_1=1$	$u_7=13$	$1 \times 13 = 13$ $= 3^2+2^2$
2	$u_3=2$	$u_9=34$	$2 \times 34 = 68$ $= 8^2+2^2$
3	$u_5=5$	$u_{11}=89$	$5 \times 89 = 445$ $= 21^2+2^2$
4	$u_7=13$	$u_{13}=233$	$13 \times 233 = 3029$ $= 55^2+2^2$

ഫിബോനാച്ചി ശ്രേണിക്ക് ഇനിയുമുണ്ട് എണ്ണിയാലൊടുങ്ങാത്ത പ്രത്യേകതകൾ.

പാസ്ക്കൽസ് ട്രയാംഗിൾ
(Pascal's Triangle)

പതിനേഴാം നൂറ്റാണ്ടിൽ ഫ്രാൻസിൽ ജീവിച്ചിരുന്ന പ്രഗൽഭനായ ഒരു ഗണിതശാസ്ത്രജ്ഞനാണ് ബ്ലൈസെ പാസ്ക്കൽ (Blaise Pascal). വെറും മുപ്പത്തി ഒൻപതു വർഷം മാത്രം ജീവിച്ചിരുന്ന അദ്ദേഹം ഗണിത ത്തിനു നൽകിയ സംഭാവനകൾ ചെറുതൊന്നുമല്ല. അദ്ദേഹത്തിന്റെ പേരിൽ അറിയപ്പെടുന്ന പാസ്ക്കൽസ് ട്രയാംഗിൾ കാണുക.

```
1
1 1
1 2 1
1 3 3  1
1 4 6  4  1
1 5 10 10 5  1
1 6 15 20 15 6 1
```

ഈ സംഖ്യകൾ ത്രികോണാകൃതിയിൽ മറ്റൊരു രീതിയിലും വിന്യസിക്കാം.

```
            1
          1   1
        1   2   1
      1   3   3   1
    1   4   6   4   1
  1  5  10    10   5   1
1  6  15   20   15  6  1
```

മുകളിലത്തെ വരിയിലെ രണ്ടു സംഖ്യകൾ വീതം കൂട്ടിയതാണ് താഴത്തെ വരിയിലെ സംഖ്യകൾ എന്നു കാണാം. $(a+b)^n$ എന്ന രൂപ ത്തിലുള്ള സമവാക്യങ്ങളുടെ വികസിത രൂപത്തിലെ ഗുണോത്തരങ്ങൾ (binomial coefficients) എന്നതിലുപരി പാസ്ക്കൽസ് ട്രയാംഗിളിനു മറ്റു ചില പ്രത്യേകതകളുണ്ട്. അതിലൊന്ന് സംഖ്യകൾ ഒരു പ്രത്യേകരീതി യിൽ കൂട്ടിയാൽ പാസ്ക്കൽസ് ട്രയാംഗിളിൽനിന്നും ഫിബോനാച്ചി ശ്രേണി കണ്ടുപിടിക്കാം എന്നുള്ളതാണ്.

ഇത് എങ്ങനെയെന്നു നോക്കാം. ആദ്യത്തെ ത്രികോണത്തിൽ അടിയിൽ വരച്ചിരിക്കുന്ന സംഖ്യകൾ ശ്രദ്ധിക്കുക. 1, 5, 6, 1. 1 ന്റെ വല തുവശത്ത് മുകളിലെ സംഖ്യയാണ് 5. 5 ന്റെ വലതുമുകളിലെ സംഖ്യ യാണ് 6. 6ന്റെ വലതുമുകളിലെ സംഖ്യയാണ് 1. ഈ സംഖ്യകൾ കൂട്ടി യാൽ കിട്ടുന്നത് ഫിബോനാച്ചി ശ്രേണിയിൽ പെട്ട സംഖ്യയായിരിക്കും. 1+5+6+1 = 13. 13 ഫിബോനാച്ചി ശ്രേണിയിലുണ്ടല്ലോ.

ഇനി രണ്ടാമത്തെ ത്രികോണത്തിൽ വരച്ചിരിക്കുന്ന സംഖ്യകൾ ശ്രദ്ധിക്കുക. 1, 4, 3. 1 ന്റെ വലതു മുകളിൽ 4. 4 ന്റെ വലതുമുകളിൽ 3. 3ന്റെ വലതുമുകളിൽ സംഖ്യയില്ല. 1+4+3 = 8. 8 ഫിബോനാച്ചി ശ്രേണി യിലെ സംഖ്യയാണ്. ഇങ്ങനെ പാസ്ക്കൽസ് ട്രയാംഗിളിലെ ഇടത്തേ അറ്റത്തെ ഏത് 1 ൽ തുടങ്ങിയാലും വികർണങ്ങളിലെ സംഖ്യകളുടെ തുക ഫിബോനാച്ചി സംഖ്യ ആയിരിക്കുമെന്നു കാണാം.

$(a+b)^n$ എന്ന മാതൃകയിലുള്ള സമവാക്യത്തിൽ n വിവിധ വിലകൾ സ്വീകരിക്കുമ്പോഴുള്ള വികസിത രൂപങ്ങൾ ചുവടെ ചേർക്കുന്നു. ഓരോ നിലെയും ഗുണോത്തരങ്ങളും പാസ്ക്കൽസ് ട്രയാംഗിളിലെ സംഖ്യകളും തമ്മിൽ താരതമ്യം ചെയ്യുക.

$$(a+b)^0 = 1$$
$$(a+b)^1 = a+b$$
$$(a+b)^2 = a^2+2ab+b^2$$
$$(a+b)^3 = a^3+3a^2b+3ab^2+b^3$$
$$(a+b)^4 = a^4+4a^3b+6a^2b^2+4ab^3+b^4$$
$$(a+b)^5 = a^5+5a^4b+10a^3b^2+10a^2b^3+5ab^4+b^5$$

ഷഡ്ഭുജ സംഖ്യകൾ
(Hexagonal Numbers)

ഷഡ്ഭുജാകൃതിയിൽ വിന്യസിക്കാവുന്ന സംഖ്യകളാണ് ഷഡ്ഭു ജസംഖ്യകൾ. $N = 3n(n-1)+1$ എന്ന വാക്യത്തിൽ $n =1, 2, 3$ ... എന്നി ങ്ങനെ വില കൊടുത്താൽ ഷഡ്ഭുജസംഖ്യകൾ കിട്ടും.

1, 7, 19, 37, ... ഇവയാണ് ഷഡ്ഭുജസംഖ്യകൾ

 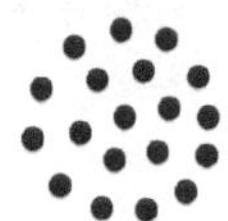

ഈ രീതിയിൽ ക്രമീകരിക്കാവുന്ന സംഖ്യകൾക്ക് സെന്റേഡ് ഹെക്സഗണൽ നമ്പേഴ്സ് (centred hexagonal numbers) എന്നാണു പറയുന്നത്.

n ന് വിവിധ വിലകൾ കൊടുക്കുമ്പോൾ ആ വിലകളിൽ തന്നെ അവസാനിക്കുന്ന ഷഡ്ഭുജസംഖ്യകൾക്ക് സെന്റേഡ് ഹെക്സാ മോർ ഫിക് സംഖ്യകൾ (centred hexamorphic numbers) എന്നു പറയുന്നു.

$N = 3n (n-1) + 1$ എന്ന വാക്യത്തിൽ $n = 7$ ആയാൽ സംഖ്യ 127 ആകും. 7 ൽ അവസാനിക്കുന്നു. $n = 17$ ആയാൽ സംഖ്യ 817 ആകും. 17 ൽ അവസാനിക്കുന്നു. അതിനാൽ 7, 17 തുടങ്ങിയ സംഖ്യകൾ സെന്റേഡ് ഹെക്സാമോർഫിക് ആണ്.

ചുവടെ ചേർത്തിരിക്കുന്ന പട്ടിക കാണുക. n സെന്റേഡ് ഹെക്സാമോർഫിക് സംഖ്യ ആണ്.

n	$N = 3n(n-1) + 1$
1	1
7	127
17	817
51	7651
67	13267
167	83167
251	188251
417	520417
501	751501

ആലിപ്പഴ സംഖ്യകൾ
(Hailstone numbers)

ആലിപ്പഴശ്രേണി ഏതു സംഖ്യയിലും തുടങ്ങാം. ഇരട്ടസംഖ്യയാ ണെങ്കിൽ പകുതിയെടുത്താൽ അടുത്ത പദം കിട്ടും. ഒറ്റസംഖ്യയാണെ ങ്കിൽ 3 കൊണ്ടു ഗുണിച്ച് 1 കൂടി കൂട്ടിയാൽ അടുത്ത പദമായി.

ഉദാഹരണങ്ങൾ കാണുക.

5, 16, 8, 4, 2, 1, ...

6, 3, 10, 5, 16, 8, 4, ...

7, 22, 11, 34, 17, ...

3, 10, 5, 16, 8, 4, 2, 1, ... എന്ന ശ്രേണി ചിത്രരൂപത്തിൽ പ്രദർശി പ്പിച്ചിരിക്കുന്നതു കാണുക.

ആലിപ്പഴം പൊഴിയുംപോലെ ഇങ്ങനെ ഏറിയും കുറഞ്ഞും വരു ന്നതു കൊണ്ടാണ് ഇതിനെ ആലിപ്പഴ സംഖ്യകൾ എന്നു വിളിക്കുന്നത്. ആലിപ്പഴ ശ്രേണിയുടെ ഗ്രാഫ് വരയ്ക്കുന്നത് വളരെ രസമുള്ള ഒരനുഭ

വമായിരിക്കും. 54 ൽ ആരംഭിക്കുന്ന ആലിപ്പഴശ്രേണിയുടെ ഗ്രാഫ് വര ച്ചുനോക്കുക. വളരെ മനോഹരമായ ഒരു ചിത്രം കിട്ടും.

34 ൽ ആരംഭിക്കുന്ന ശ്രേണിയുടെ ഗ്രാഫ് ഇവിടെ വരയ്ക്കാം. ശ്രേണി ഇങ്ങനെ.

34, 17, 52, 26, 13, 40, 20, 10, 5,

16, 8, 4, 2, 1,

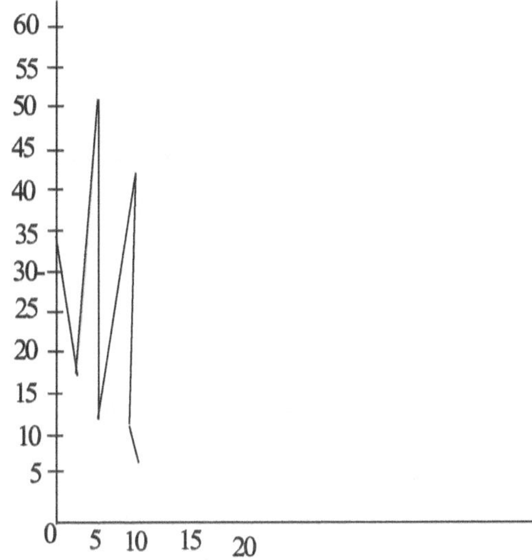

പരിപൂർണ സംഖ്യകൾ
(Perfect numbers)

6 ന്റെ ഘടകങ്ങൾ 1, 2, 3, 6 ഇവയാണ്. ഈ ഘടകങ്ങളിൽ 6 ഒഴിച്ചുള്ളവയുടെ തുക $1 + 2 + 3 = 6$ തന്നെ.

28 ന്റെ ഘടകങ്ങൾ 1, 2, 4, 7, 14, 28 ഇവയാണ്. 28 ഒഴികെയുള്ള ഘടകങ്ങളുടെ തുക $1 + 2 + 4 + 7 + 14 = 28$

ഇങ്ങനെ ഒരു സംഖ്യയുടെ ഘടകങ്ങളിൽ സംഖ്യ ഒഴികെയുള്ളവയുടെ തുക സംഖ്യക്കു തുല്യമാണെങ്കിൽ അതിനെ പരിപൂർണ സംഖ്യ എന്നു വിളിക്കുന്നു. 6, 28 ഇവ പരിപൂർണ സംഖ്യകൾ ആണ്.

12 ഒരു പരിപൂർണസംഖ്യയല്ല. 12 ന്റെ ഘടകങ്ങൾ 1, 2, 3, 4, 6, 12.

$1 + 2 + 3 + 4 + 6 \neq 12$ ഇങ്ങനെ പരിശോധിച്ചാൽ 4, 8, 10, 16, 20, 25 ഇവയൊന്നും പരിപൂർണ സംഖ്യകളല്ലെന്നു കാണാം.

6, 28 ഇവ പരിപൂർണ സംഖ്യകളാണെന്നു പറഞ്ഞുവല്ലോ. 6 ന്റെ എല്ലാ ഘടകങ്ങളുടെയും കൂടി വ്യുൽക്രമങ്ങളുടെ തുക

$$\frac{1}{1} + \frac{1}{2} + \frac{1}{3} + \frac{1}{6} = 2$$

28 ന്റെ ഘടകങ്ങൾ 1, 2, 4, 7, 14, 28 വ്യുൽക്രമങ്ങളുടെ തുക

$$\frac{1}{1} + \frac{1}{2} + \frac{1}{4} + \frac{1}{7} + \frac{1}{14} + \frac{1}{28} = 2$$

ഏതു പരിപൂർണ സംഖ്യ എടുത്താലും അതിന്റെ ഘടകങ്ങളുടെ വ്യുൽക്രമങ്ങളുടെ തുക 2 ആണെന്നു കാണാം.

ഇനി പരിപൂർണ സംഖ്യകളുടെ മറ്റൊരു പ്രത്യേകത പരിശോധിക്കാം. ഗണിതശാസ്ത്രത്തിലെ ഒരു പ്രധാന സിദ്ധാന്തമാണിത്.

$2^k - 1$ ഒരു അഭാജ്യസംഖ്യയാണെങ്കിൽ $2^{k-1}(2^k -1)$ ഒരു പരിപൂർണ സംഖ്യ ആയിരിക്കും.

പട്ടിക കാണുക

K	2^{k-1}	$2^{k-1}(2^k -1)$
2	3	$2 \times 3 = 6$
3	7	$4 \times 7 = 28$
5	31	$16 \times 31 = 496$
7	127	64×127
13	$2^{13}-1$	$2^{12} \times (2^{13}-1)$
17	$2^{17}-1$	$2^{16} \times (2^{17}-1)$
19	$2^{19}-1$	$2^{18} \times (2^{19}-1)$

6, 28 ഇവ പരിപൂർണ സംഖ്യകളാണെന്നു നമ്മൾ കണ്ടു. ഇനി മൂന്നാമത്തെ വരിയിലെ 496 പരിപൂർണ സംഖ്യയാണോ എന്നു പരി ശോധിച്ചുനോക്കാം. 496 ന്റെ ഘടകങ്ങൾ ഇവയാണ്.

1, 2, 4, 8, 16, 31, 62, 124, 248, 496

ഇതിൽ 496 ഒഴിച്ചുള്ളവയുടെ തുക 496 ആണുതാനും.

$1 + 2 + 4 + 8 + 16 + 31 + 62 + 124 + 248 = 496$

അതായത് 496 ഒരു പരിപൂർണ്ണ സംഖ്യ ആണ്. ബുദ്ധിമുട്ടുള്ള കാര്യമാണെങ്കിലും പട്ടികയിൽ തുടർന്നുള്ള സംഖ്യകൾ ക്രിയചെയ്താൽ ഓരോന്നും പരിപൂർണം സംഖ്യയാണെന്നു കാണാം.

ഇതുവരെ കണ്ടെത്തിയിട്ടുള്ള കുറേക്കൂടി പരിപൂർണ സംഖ്യകൾ ചുവടെ പട്ടികയിൽച്ചേർക്കുന്നു.

K	2^{k-1}	$2^{k-1}(2^k -1)$
31	$2^{31}-1$	$2^{30}(2^{31}-1)$
61	$2^{61}-1$	$2^{60}(2^{61}-1)$
89	$2^{89}-1$	$2^{88}(2^{89}-1)$
107	$2^{107}-1$	$2^{106}(2^{107}-1)$
127	$2^{127}-1$	$2^{126}(2^{127}-1)$
521	$2^{521}-1$	$2^{520}(2^{521}-1)$

പൂർണ വർഗങ്ങൾ
(Perfect squares)

3 ന്റെ വർഗം 3 x 3 = 9 ആണ്. 7 ന്റെ വർഗം 7 x 7 = 49. ഈ വർഗ സംഖ്യകളെപ്പറ്റിയാണ് നമ്മൾ ചർച്ചചെയ്യുന്നത്. ഏതൊരു വർഗസംഖ്യ യേയും 3 K അല്ലെങ്കിൽ 3K + 1 എന്ന രൂപത്തിൽ എഴുതാം. (K ഒരു പൂർണസംഖ്യ)

ഉദാഹരണങ്ങൾ കാണുക.

$$9 = 3K$$
$$= 3 \times 3$$
$$49 = 3K + 1$$
$$= 3 \times 16 + 1$$
$$121 = 3K + 1$$
$$= 3 \times 40 + 1$$

ചുവടെ കൊടുത്തിരിക്കുന്ന പട്ടിക കാണുക.

സംഖ്യ	വർഗം	3K	3K + 1
1	1		3 x 0 + 1
2	4		3 x 1 + 1
3	9	3 x 3	
4	16		3 x 5 + 1
5	25		3 x 8 + 1

6	36	3 x 12	
7	49		3x16+1
8	64		3x21+1
9	81	3x27	
10	100		3x33+1
11	121		3x40+1
12	144	3x48	
13	169		3x56+1
14	196		3x65+1
15	225	3x75	
16	256		3x85+1
17	289		3x96+1
18	324	3x108	
19	361		3x120+1
20	400		3x133+1

വർഗവും ഘനവും
(Square and Cube)

ഒരു സംഖ്യയുടെ വർഗം മറ്റൊരു സംഖ്യയുടെ ഘനമായെന്നു വരാം.

$$8^2 = 64$$
$$4^3 = 64$$

അതായത് $8^2 + 4^3$ 8 ന്റെ വർഗം 4 ന്റെ ഘനത്തിന് തുല്യമാണ്.

അതുപോലെ
$$27^2 = 729$$
$$9^3 = 729$$
$$27^2 = 9^3$$

മറ്റൊരു ഉദാഹരണം,
$$64^2 = 4096$$
$$16^3 = 4096$$
$$64^2 = 16^3$$

ഈ വിവരങ്ങൾ ഒന്നിച്ചെഴുതാം

$$64 = 8^2 = 4^3$$
$$729 = 27^2 = 9^3$$
$$4096 = 64^2 = 16^3$$

നമ്മുടെ സിദ്ധാന്തം ഇതാണ്.

ഇങ്ങനെ ഒരു സംഖ്യ തന്നെ വർഗമായും ഘനമായും എഴുതാൻ കഴിഞ്ഞാൽ ആ സംഖ്യ 7K അല്ലെങ്കിൽ $7K + 1$ എന്ന രൂപത്തിലുള്ളതായിരിക്കും.

$$64 \qquad = 7K + 1$$
$$= 7 \times 9 + 1$$
$$729 \qquad = 7K + 1$$
$$= 7 \times 104 + 1$$
$$4096 \qquad = 7K + 1$$
$$= 7 \times 585 + 1$$

ഈ തരത്തിലുള്ള കൂടുതൽ സംഖ്യകൾ കണ്ടെത്താൻ ശ്രമിക്കുക.

പൂർണസംഖ്യകൾ
(Integers)

1, 2, 3, 4,.... ഇവയാണ് പോസിറ്റീവ് പൂർണസംഖ്യകൾ.

0 ഒരു പൂർണസംഖ്യയാണ്.

-1, -2, -3, -4, ... ഇവയും പൂർണ്ണസംഖ്യകളാണ്. ഇവയ്ക്ക് നെഗറ്റീവ് പൂർണസംഖ്യകൾ എന്നു പറയുന്നു.

നമ്മൾ പഠിക്കാൻ പോകുന്ന സിദ്ധാന്തം ഇതാണ്. a യുടെ വില ഒന്നോ ഒന്നിൽ കൂടുതലോ ആയിരുന്നാൽ $\dfrac{a\,(a^2+2)}{3}$ ഒരു പൂർണ സംഖ്യ ആയിരിക്കും.

$$a = 1 \qquad \frac{a\,(a^2+2)}{3} = 1$$

$$a = 2 \qquad \frac{a\,(a^2+2)}{3} = 4$$

$$a = 3 \qquad \frac{a\,(a^2+2)}{3} = 11$$

$$a = 4 \qquad \frac{a\,(a^2+2)}{3} = 24$$

$$a = 5 \qquad \frac{a\,(a^2+2)}{3} = 45$$

$$a = 6 \qquad \frac{a\,(a^2+2)}{3} = 76$$

$$a = 7 \qquad \frac{a\,(a^2+2)}{3} = 119$$

$$S = \frac{n(n+1)}{2}$$

$$= \frac{100(100+1)}{2}$$

$$= \frac{100 \times 101}{2}$$

$$= 5050$$

അതായത് ആദ്യത്തെ 100 നിസർഗ സംഖ്യകളുടെ തുക 5050 ആയിരിക്കും.

ഇനി ആദ്യത്തെ n ഒറ്റസംഖ്യകളുടെ തുക കണ്ടുപിടിക്കണമെ ങ്കിലോ? അതായത് $1 + 3 + 5 + \ldots$ എന്നിങ്ങനെ n പദങ്ങളുടെ തുക കാണണം. വാക്യമിതാണ്.

ആദ്യത്തെ n ഒറ്റ നിസർഗസംഖ്യകളുടെ തുക $= n^2$

ആദ്യത്തെ 10 ഒറ്റ നിസർഗസംഖ്യകളുടെ തുക 10^2 അഥവാ 100 ആയിരിക്കും.

$1 + 3 + 5 + 7 + 9 + 11 + 13 + 15 + 17 + 19 = 100$

ആദ്യത്തെ 100 ഒറ്റനിസർഗ സംഖ്യകളുടെ തുക 100^2 അഥവാ 10000 ആയിരിക്കും.

ഇനി ആദ്യത്തെ 10 ഇരട്ട സംഖ്യകളുടെ തുക എങ്ങനെ കണ്ടുപി ടിക്കുമെന്നു നോക്കാം.

നിസർഗ സംഖ്യകൾ
(Natural Numbers)

1 2, 3, 4,.... എന്നിവയാണ് നിസർഗസംഖ്യകൾ അഥവാ എണ്ണൽ സംഖ്യകൾ. നിസർഗസംഖ്യകളുടെ തുക കാണാനാണ് നമ്മൾ പഠിക്കുന്നത്.

ആദ്യത്തെ n നിസർഗസംഖ്യകളുടെ തുക $\dfrac{n(n+1)}{2}$ ആയിരിക്കും.

ഈ വാക്യമുപയോഗിച്ച് നമുക്ക് ആദ്യത്തെ 10 നിസർഗസംഖ്യകളുടെ തുക കണ്ടുനോക്കാം. അതായത് $1 + 2 + 3 + ... + 10$ കണ്ടുപിടിക്കണം.

$$S = \frac{n(n+1)}{2}$$

$$= \frac{10(10+1)}{2}$$

$$= \frac{10 \times 11}{2} = 55$$

ആദ്യത്തെ 10 നിസർഗസംഖ്യകൾ കൂട്ടിയാൽ 55 കിട്ടും.

ഇനി ആദ്യത്തെ 100 നിസർഗസംഖ്യകളുടെ തുക കാണാം.

$2 + 4 + 6 + 8 + 10 + 12 + 14 + 16 + 18 + 20$ ആണ് കണ്ടുപിടിക്കേണ്ടത്. ആദ്യത്തെ 10 നിസർഗസംഖ്യകളുടെ തുകയെ 2 കൊണ്ട് ഗുണിച്ചാൽ ആദ്യത്തെ 10 ഇരട്ടസംഖ്യകളുടെ തുക കിട്ടും.

$$\text{തുക} = \frac{2n(n+1)}{2}$$

$$= \frac{2 \times 10 \times 11}{2} = 110$$

ആദ്യത്തെ 50 ഇരട്ടസംഖ്യകളുടെ

$$\text{തുക} = \frac{2n(n+1)}{2}$$
$$= 50 \times 51$$
$$= 2550$$

ഇനി 3, 6, 9,.... ഇങ്ങനെ 10 സംഖ്യകളുടെ തുക കാണുന്നതെ ങ്ങനെ? അതായത് $3 + 6 + 9 + ...$ എന്നിങ്ങനെ 10 സംഖ്യകൾ കൂട്ടണം. അതിന് ആദ്യത്തെ 10 നിസർഗസംഖ്യകളുടെ തുകയെ 3 കൊണ്ടു ഗുണി ച്ചാൽ മതിയാകും.

3 ന്റെ ഗുണിതങ്ങളായി വരുന്ന ആദ്യത്തെ 10 സംഖ്യകളുടെ

$$\text{തുക} = \frac{3n(n+1)}{2}$$
$$= \frac{3 \times 10 \times 11}{2}$$
$$= 165$$

3 ന്റെ ഗുണിതങ്ങളായി വരുന്ന ആദ്യത്തെ 17 സംഖ്യകളുടെ

$$\text{തുക} = \frac{3n(n+1)}{2}$$
$$= \frac{3 \times 17 \times 18}{2}$$
$$= 459$$

മറ്റു ഗുണിതങ്ങളും ഇതുപോലെ കണക്കാക്കാം.

5 ന്റെ ഗുണിതങ്ങളായി വരുന്ന ആദ്യത്തെ 11 സംഖ്യകളുടെ

$$\text{തുക} = \frac{5n(n+1)}{2}$$
$$= \frac{5 \times 11 \times 12}{2}$$
$$= 330$$

7 ന്റെ ഗുണിതങ്ങളായി വരുന്ന ആദ്യത്തെ 9 സംഖ്യകളുടെ

$$\text{തുക} = \frac{7n(n+1)}{2}$$
$$= \frac{7 \times 9 \times 10}{2}$$
$$= 315$$

കൂടുതൽ ഉദാഹരണങ്ങൾ സ്വയം ചെയ്തുനോക്കാവുന്നതാണ്.

വർഗങ്ങളുടെ തുക
(Sum of squares)

പത്ത് നിസർഗസംഖ്യകളുടെ തുക കാണാൻ നമ്മൾ പഠിച്ചു. ആദ്യത്തെ 10 നിസർഗസംഖ്യകളുടെ വർഗങ്ങളുടെ തുക എങ്ങനെ കാണാം? അതായത്, $1^2 + 2^2 + 3^2 + \ldots + 10^2$ കണക്കാക്കണം. എഴുതി കൂട്ടിയാൽ $1 + 4 + 9 + 16 + 25 + 36 + 49 + 64 + 81 + 100 = 385$

$$S = \frac{n(n+1)(2n+1)}{6}$$ എന്ന വാക്യം ഉപയോഗിച്ച്

വേഗത്തിൽ ഉത്തരം കണ്ടുപിടിക്കാം.

$$S = \frac{10 \times 11 \times 21}{6}$$

$$= 385$$

$1^2 + 2^2 + 3^2 + \ldots + 20^2$ എത്രയെന്നു നോക്കാം.

$$S = \frac{n(n+1)(2n+1)}{6}$$

$$S = \frac{20 \times 21 \times 41}{6}$$

$$= 2870$$

$1^2 + 2^2 + 3^2 + \ldots + 100^2$ എത്രയെന്നു നോക്കാം.

$$S = \frac{n(n+1)(2n+1)}{6}$$

$$= \frac{100 \times 101 \times 201}{6}$$

$$= 338350$$

$1 + 4 + 9 + \ldots + 169$ എത്ര?

ചോദ്യം ഇങ്ങനെ മാറ്റി എഴുതാം.

$$1^2 + 2^2 + 3^2 + \ldots + 13^2 = \frac{n(n+1)(2n+1)}{6}$$

$$= \frac{13 \times 14 \times 27}{6}$$

$$= 819$$

ഘനങ്ങളുടെ തുക
(Sum of Cubes)

ആദ്യത്തെ 5 നിസർഗസംഖ്യകളുടെ ഘനങ്ങളുടെ തുക എത്ര യെന്നു നോക്കാം.

$$1^3 + 2^3 + 3^3 + 4^3 + 5^3 = 1 + 8 + 27 + 64 + 125$$
$$= 225$$

ഇത് വാക്യമുപയോഗിച്ച് കാണാം

$$S = \left[\frac{n\,(n+1)}{2}\right]^2$$
$$= \left[\frac{5 \times 6}{2}\right]^2$$
$$= 15^2 = 225$$

അതായത് ആദ്യത്തെ 5 നിസർഗസംഖ്യകളുടെ ഘനങ്ങളുടെ തുക അവയുടെ തുകയുടെ വർഗം ആയിരിക്കും.

$1^3 + 2^3 + 3^3 + \ldots\ldots\ldots + 10^3$ എത്രയെന്നു നോക്കാം.

$$S = \left[\frac{n\,(n+1)}{2}\right]^2$$
$$= \left[\frac{10 \times 11}{2}\right]^2$$
$$= 3025$$

$1^3 + 2^3 + 3^3 + \ldots\ldots\ldots + 20^3$ എത്രയെന്നു നോക്കാം.

$$S = \left[\frac{n\,(n+1)}{2}\right]^2$$

$$= \left[\frac{20 \times 21}{2}\right]^2$$

$$= 44100$$

$1 + 8 + 27 + \ldots\ldots\ldots + 1000$ എത്രയാണ്? ചോദ്യം ഇങ്ങനെ എഴുതാം.

$1^3 + 2^3 + 3^3 + \ldots\ldots\ldots + 10^3$

$$= \left[\frac{10 \times 11}{2}\right]^2$$

$$= 3025$$

$1 + 8 + 27 + \ldots\ldots\ldots + 343$ ന്റെ വില കാണണം എന്നിരിക്കട്ടെ.

$1 + 8 + 27 + \ldots\ldots\ldots + 343 = 1^3 + 2^3 + 3^3 + \ldots\ldots\ldots + 7^3$

$$= \left[\frac{7 \times 8}{2}\right]^2$$

$$= 784$$

ചുരുക്കിപ്പറഞ്ഞാൽ,

$$1^3 + 2^3 + 3^3 + \ldots\ldots\ldots + n^3 = (1 + 2 + 3 + \ldots\ldots\ldots + n)^2$$

അഭാജ്യസംഖ്യകളും ഫാക്ടോറിയലും

അഭാജ്യസംഖ്യകളെപ്പറ്റി നമ്മൾ ചർച്ച ചെയ്തുകഴിഞ്ഞു. ഇനി ഫാക്ടോറിയൽ എന്തെന്നു നോക്കാം.

$7! = 7 \times 6 \times 5 \times 4 \times 3 \times 2 \times 1$

$10! = 10 \times 9 \times 8 \times 7 \times 6 \times 5 \times 4 \times 3 \times 2 \times 1$

പൊതുവെ പറഞ്ഞാൽ n ഫാക്ടോറിയൽ ഇങ്ങനെ എഴുതാം.

$n! = n\,(n-1)\,(n-2)\ldots\ldots 3 \times 2 \times 1$

അതായത് ആദ്യത്തെ n നിസർഗ സംഖ്യകളുടെ ഗുണനഫലത്തി നാണ് n! എന്നു പറയുന്നത്.

നമുക്ക് തെളിയിക്കേണ്ട സിദ്ധാന്തം ഇതാണ്. P ഒരു അഭാജ്യസം ഖ്യയാണെങ്കിൽ (P-1) ! + 1 നെ P കൊണ്ടു നിശ്ശേഷം ഹരിക്കാം.

ചുവടെ ചേർത്തിരിക്കുന്ന പട്ടിക കാണുക.

P	(P - 1) !	(P-1) ! + 1
2	1! = 1	1+1 = 2
3	2! = 2x1 = 2	2 + 1 = 3
5	4! = 4 x 3 x 2 x 1 = 24	24 + 1 = 25
7	6! = 6 x 5 x 4 x 3 x 2 x 1 = 720	720 + 1 = 721
11	10! = 10 x 9 x 8 x 7x 6 x 5 x 4 x 3 x 2 x 1 = 3628800	 3628800 + 1 = 3628801
13	12! = 479001600	479001600+1=479001601

മൂന്നാം കോളത്തിലെ ഓരോ സംഖ്യയേയും ഒന്നാം കോള ത്തിലെ സംഖ്യ കൊണ്ട് നിശ്ശേഷം ഹരിക്കാൻ കഴിയുമെന്നു കാണാം.

$$\frac{2}{2} = 1$$

$$\frac{3}{3} = 1$$

$$\frac{25}{5} = 5$$

$$\frac{721}{7} = 103$$

$$\frac{3628801}{11} = 329891$$

$$\frac{479001601}{13} = 36846277$$

അഭാജ്യസംഖ്യകളെ സംബന്ധിച്ചുള്ള നിരവധി സിദ്ധാന്തങ്ങൾ വേറെയുമുണ്ട്.

ഗുണിക്കാൻ ഒരു എളുപ്പവഴി

രണ്ടു സംഖ്യകൾ തമ്മിൽ ഗുണിക്കുന്നതിനുള്ള ഒരു എളുപ്പവഴി പഠിക്കാം. ഒരേ അക്കങ്ങൾ ആവർത്തിക്കുന്ന സംഖ്യകളായിരിക്കണം രണ്ടും. ഉദാഹരണം 666 x 222

ആദ്യം സാധാരണരീതിയിൽ ഗുണിച്ചുനോക്കാം.

666 x 222 = 147852 ഇനി എളുപ്പവഴിയിൽ ക്രിയ ചെയ്തിരിക്കു ന്നതു ശ്രദ്ധിക്കുക.

```
        666
      x 222
      ──────
         12
       1212
     121212
       1212
         12
     147852
```

6 x 2 = 12 ആണ് ഒന്നാം വരിയിൽ എഴുതിയിരിക്കുന്നത്. അടുത്ത വരിയിൽ 12 രണ്ടു തവണ എഴുതിയിരിക്കുന്നു. മൂന്നാം വരിയിൽ മൂന്നു തവണ. പിന്നീട് കുറഞ്ഞുവരികയാണ്. മൂന്നാം വരിയിൽ അതായത് 6 അക്കത്തിൽ നിർത്തിയതിന്റെ കാരണം പറയാം. തന്നിട്ടുള്ള രണ്ടു സംഖ്യ കളിലും കൂടി 6 അക്കങ്ങളാണുള്ളത്. അതുകൊണ്ടാണ് 6 ൽ നിർത്തി യത്. സംഖ്യകൾ രണ്ടിലും കൂടി 8 അക്കങ്ങൾ ഉണ്ടായിരുന്നുവെങ്കിൽ

നാല് 12 കൾ വരുന്ന ഒരു വരികൂടി എഴുതുമായിരുന്നു. ഇവിടെ 6 ൽ എത്തിയശേഷം കുറഞ്ഞ് വീണ്ടും 12 ൽ എത്തുന്നു. ഇനി കൂട്ടി എഴുതി യാൽ ഉത്തരമായി.

ഇനി 7777 x 3333 എത്രയെന്നു നോക്കാം. ആദ്യം സാധാരണ രീതിയിൽ ഗുണിച്ചുനോക്കാം.

7777 x 3333 = 25920741

ഇനി എളുപ്പവഴിയിൽ ഗുണിച്ചിരിക്കുന്നത് കാണുക.

```
        7 7 7 7
      x 3 3 3 3
      ─────────
            2 1
          2 1 2 1
        2 1 2 1 2 1
      2 1 2 1 2 1 2 1
        2 1 2 1 2 1
          2 1 2 1
            2 1
      ─────────────
      2 5 9 2 0 7 4 1
```

ഒന്നാം വരിയിൽ 21 ഉം തുടർന്ന് അതിന്റെ ആവർത്തനവുമാണ്. രണ്ടു സംഖ്യകളിലും കൂടി 8 അക്കങ്ങൾ ഉള്ളതുകൊണ്ട് നാലാം വരി യിൽ ആവർത്തനം അവസാനിക്കുന്നു. പിന്നീട് കുറഞ്ഞ് രണ്ടക്കത്തിൽ എത്തുമ്പോൾ ക്രിയകൾ തീരുന്നു. കൂട്ടി എഴുതിയാൽ ഉത്തരമായി.

ഇനി രണ്ടു സംഖ്യകളിലും അക്കങ്ങളുടെ എണ്ണം ഒരുപോലെയല്ലെ ങ്കിലോ? ഉദാഹരണം 222 x 77

ഇവിടെ രണ്ടാമത്തെ സംഖ്യയിൽ ഒരക്കംകുറവുണ്ട്. കുറവില്ല എന്നു കരുതി അതായത് രണ്ടു സംഖ്യകളിലും കൂടി മൂന്നും മൂന്നും ആറക്ക ങ്ങളുണ്ടെന്ന് സങ്കല്പിച്ച് മുമ്പ് ചെയ്തപോലെ ക്രിയ ചെയ്യണം.

```
        2 2 2
      x   7 7
      ───────
          1 4
        1 4 1 4
      ─────────
      1 7 0 9 4
```

രണ്ടാമത്തെ സംഖ്യയിൽ രണ്ടക്കങ്ങളാണല്ലോ ഉള്ളത്. അതു കൊണ്ട് ഗുണനഫലത്തിലെ ആദ്യത്തെ രണ്ടുവരികൾ സ്വീകരിച്ചിട്ട് മുക ളിൽ കാണുന്നപോലെ ഒരു വികർണം വരയ്ക്കുക. അതായത് 14, 1414 എന്നീ രണ്ടു വരികൾ കഴിഞ്ഞുവേണം വികർണം വരയ്ക്കാൻ വികർണ

ത്തിനു താഴെയുള്ള സംഖ്യകൾ കളഞ്ഞിട്ട് ബാക്കി കൂട്ടിയാൽ ഉത്തര മായി.

മറ്റൊരു ഉദാഹരണം കാണുക. 4444 x 666 കാണണമെന്നിരിക്കട്ടെ. ആകെ എട്ടക്കങ്ങൾ ഉണ്ടെന്നു സങ്കൽപ്പിച്ച് ക്രിയ ചെയ്യുന്നു.

$$
\begin{array}{r}
4444 \\
\times 666 \\
\hline
24 \\
2424 \\
242424 \\
242424\,24 \\
2424\,24 \\
24\,24 \\
24 \\
\hline
2959704
\end{array}
$$

ഇവിടെ രണ്ടാമത്തെ സംഖ്യ മൂന്ന് അക്കങ്ങൾ ഉള്ളതായതുകൊണ്ട് ഗുണനഫലത്തിലെ മൂന്നുവരികൾ കഴിഞ്ഞുവേണം വികർണം വര യ്ക്കാൻ.

കൂടുതൽ ഉദാഹരണങ്ങളെടുത്ത് നിയമം ശരിയാകുന്നുണ്ടോ എന്ന് പരിശോധിച്ച് നോക്കുക.

Bibliography

1. *Wonders of Numbers*: Clifford A Pickover, Oxford University Press
2. *50 Mathematical ideas*: Tony Crilly, Quercus Mathematics, Penguin India
3. *Mathematics for the IB Diploma*: Stan Dolan, Hugh Neill and Douglas Quadling
4. *Mathematics Dictionary*: James / James, CBS Publishers & Distributors, New Delhi.

www.ingramcontent.com/pod-product-compliance
Lightning Source LLC
LaVergne TN
LVHW041748190726
843493LV00008B/2507